Sonata for Four Hands

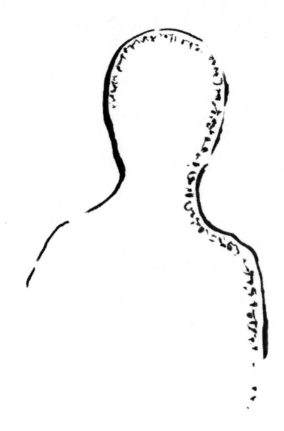

Drawing by Yves Berger

Amarjit Chandan

Sonata for Four Hands

Translated from the original Punjabi
by the author with Julia Casterton,
Shashi Joshi, Amin Mughal,
Ajmer Rode, Stephen Watts
and John Welch

Edited and introduced by Stephen Watts
with a Foreword by John Berger

Arc Publications
2010

Published by Arc Publications,
Nanholme Mill, Shaw Wood Road
Todmorden OL14 6DA, UK

Design by Tony Ward
Printed in Great Britain by the
MPG Books Group, Bodmin and King's Lynn

978 1906570 34 7 (pbk)
978 1906570 35 4 (hbk)

ACKNOWLEDGEMENTS

Acknowledgements are due to the editors of the
following publications in which some of the poems
appeared: *Artrage, Atlas, Bazaar, Brand, Brittle Star, Critical
Quarterly, Daskhat, Horizon Review* (on-line), *The
Independent, Index on Censorship, Modern Poetry in
Translation, Poetry Review, Race Today* and *Wasafiri* (all in
UK); *Little Magazine* (India); *Papirus* and *Akköy* (Turkey);
Erismus, Ombrela and *Odos Panos* (Greece); *Lettre
Internationale* (Romania); and the Poetry International
website. Ten poems and a statement appeared in the
chapbook *Being Here* (The Many Press. 1993, 1995, 2005).
'The Journey' was commissioned by Radio 4 for National
Poetry Day 2001. Many other poems appear here for
the first time.
The author is grateful to the Arts Council England
for financial assistance given to him in 2004 to work on
some of the translations.
He would like to thank all his translators, particularly
Amin Mughal, John Welch and Stephen Watts, with
whom he has worked all these years; he very much
wishes Julia Casterton were here to see the work in
print.
His special thanks go to the following for their
consistent support: Bhagwan Josh, Madan Gopal Singh,
Satya Pal Gautam and Nirupama Dutt in the Punjab;
Gurinder Singh Mann in the University of California at
Santa Barbara; and Amin Mughal and Siân Williams in
London.
Cover painting by Gurvinder Singh,
by kind permission of the artist.

Supported by
**ARTS COUNCIL
ENGLAND**

**Arc Publications Translations Series
Translations Editor: Jean Boase-Beier**

To Dhareja,
In Memoriam.
The seed of my family tree.

CONTENTS

Preface / 9
Introduction / 13

FOREWORD

Sonata for Four Hands:
a Few Notes about the Playing

Let's think about the hospitality of Amarjit Chandan's poetry. What is it that happens around us when we enter one of his poems? What invites us to stay there, and then, later, to close our eyes in order to see more clearly?

To understand Chandan's poetic strategy (and I have no idea how much it is Amarjit's, and how much comes from an ancient rural Punjabi tradition), to understand this strategy, a generalisation concerning all poetry may help us. All poetry which works as such, all poetry which is alive, temporarily transports its listeners or readers into an arena of timelessness.

In the European tradition this is often achieved by extending a felt moment to its surrounding horizons. The moment is carried in a flood-tide towards infinity (Wordsworth, Whitman, Pasolini, for example).

The same poetic effect can also be achieved, not by extension, but by intense reduction; the felt moment is then reduced to a crystal which reflects everything (Blake, Emily Dickinson, Lorca, for example).

The oceanic extension and the salty crystalline reduction. Chandan uses neither. What he does is to fold time; time in his poems becomes like an arras or a hinged screen. The listener or reader is encircled by a multiplicity of times.

*

How? Chandan's poetic practice assumes that there are more space-time dimensions than the four we habitually recognise.

Superstring Theory, which claims that the smallest universal unit is not a particle but a vibrating string or cord, proposes that there are an unknown number of further space-time dimensions, including some that are called curled-up or wrapped dimensions.

Not being a physicist, I can't comment further, but I want to borrow the term "curled-up dimensions" and apply it diagrammatically in my own manner to Chandan's poetic strategy. A

9

curled-up dimension is a parenthesis, which is too small to measure or detect, but which contains the infinite.

*

Let's consider his poem 'To Father' (p. 35). Here five times are hinged together to surround us. I say *times* rather than *moments*, because each one belongs to a curled-up space-time dimension. The first time is that of childhood, of learning. The second is that of the son's loss when the father dies. The third is that of self-conscious survival: "I'd like to take my self-portrait sitting next to you with a glint in my eyes." The fourth is that of remembrance: "us together many years ago." And, finally, the fifth is that of an afterlife: "and you can show me yours taken in the valley of the dead."

The 'timelessness' of the poem is the result of being surrounded by these five different, curled-up, space-time dimensions.

*

The last stanza of another poem, 'Mapping Memories' (p. 97), describes the reader's experience of feeling this particular kind of timelessness:

A dot shines on the page
        at the zero degree of all directions.
Here ends your returning.
You are home.

*

I'd like to make it clear that I'm not outlining a formula. Each of Chandan's poems proceeds in its own way and has its own form. Some are larger than others. Some are prophesies, others are postcards. Yet in all of them there is an assembly of different space-time dimensions. In all of them we are invited to turn in circles as a prelude to feeling at home.

*

10

The physicist, Freeman Dyson, in his book *Disturbing The Universe*, remarks that "The universe seemed to know we were coming."

The brief notes above are about Amarjit Chandan's poetic strategy. His poetic faith is another thing and he proclaims it clearly:

Roots remind me of root infinite.
The source of everything.

('Roots' p. 21)

Man made the first ever paper with the skin of his soul.

('The Paper' p. 23)

the book embodies God

('The Book' p. 25)

Chandan sees the universe as a book. Our experience in that universe constitutes its reading. The role of poetry is to clarify such reading.

The Universe seemed to know we were coming.

John Berger

AN INTRODUCTION TO
AMARJIT CHANDAN'S POETRY

Amarjit Chandan was born in Nairobi in 1946 and returned to the Punjab with his family when he was eight, living mostly in the small town of Nakodar in Jalandhar District in India. Much of his youth was thus spent in a divided Punjab. His father was a carpenter turned photographer and a communist trade unionist, who also wrote poetry. His mother was illiterate, and one result of this, as the poet notes, was that his home language, his 'mother tongue', was not adulterated. The language he thus had when he began to write poetry was orally alive, and the Gurmukhi script he writes in was enriched both by contemporary speech and by his readings of the Punjabi classics. He graduated from Panjab University in present-day India. In his early twenties he was involved with the Naxalite movement that burgeoned during the 1960s and '70s, and he was imprisoned for two years. In 1980 he migrated to London where he has lived – for what has turned out as to be most of his writing life – ever since. He worked with a community publisher in Southall, and then for a number of years in local government. At the time of publication of this volume, he works as a community interpreter, as well as continuing to write and undertake research. He has published eight books of poetry in Punjabi and is widely regarded as one of the foremost contemporary poets of that language.

From the outset, his life and writings have been imbued with a politics of language. He has always adhered to a form of leftist politics, though after his early Maoism, one that was community based and not dogmatic, and he has also always had a deep concern for his language and for its displacement. In these contexts his poetry is remarkably sober, calm, and unsentimental. Like certain East and Central European poets who rose to prominence in English translation from the 1970s on, Chandan has the quality of paring his poetics down to its essentials while at the same time enhancing its lyric valency. Interestingly, the poets he has most translated into Punjabi are from an earlier generation: Lorca, Ritsos, Hikmet, Brecht, Neruda, Vallejo, and latterly Cardenal, and the process of translating their work into

12

Punjabi has undoubtedly helped hone his own poetics toward the eroded richness that has come to characterise it.

The politics of language is an inescapable reality in Chandan's life and his work and yet, rather than write a poetry of politics or a even political poetry, he has written a poetry that is restrained, sharp, deep and tending towards silence. For him, political concern has always been at community level and in the thirty-five years since his imprisonment, this has taken the form of a tireless existence within the Punjabi and Sikh communities of London. In the late 1980s he translated a number of children's stories into Punjabi as part of various education initiatives across languages within multilingual London. He also edited two anthologies of British-Punjabi writings and wrote, in English, a study of community and emigration, *Indians in Britain*, that was published in 1986. Although this commitment to the community is not obvious as a theme in his poetry, narrative threads and episodes from other people's lives as well as his own surface throughout his work.

Two aspects of Chandan's youthful years have had a strong impact on his poetry. One is the 'unadulterated' Punjabi he grew up with at home which, along with an access to the lyric roots of Punjabi literature, has given weight and resonance to his work. His poems show the presence of classical religious poetry – for example in the lovely lines "In my mother language / Angels sing the Gurus' hymns" ('Mother Language', p. 77) – as well as that of great secular predecessors such as Waris Shah or Puran Singh. He also makes mention of poets who are his contemporaries, such as Pash (1950-1983) to whose work Chandan's bears some kinship. In the poem 'McFarland California' (p. 103), the laconically urgent line "Pash stays quiet" resonates not only because of the radical stature of the poet, but also because of the nature of his death (he was murdered by a Sikh fundamentalist). Punjabi words enter Chandan's poems in English not as a hybrid, but more as a political root – to draw out the loss of heart language in the world – and his use of Punjabi syntax and language rhythms in his English poems give them a clarity of expression that is distinctively his own.

The other great influence on his writing in later life was the two years Chandan spent in solitary confinement. In an interview printed in *The Sunday Times* in 2005, Chandan says: "I'm a poet, yet there are no words to explain these feelings, this loss of spirit. Wittgenstein said in this situation that silence is the only answer. But silence doesn't help, because everything turns inwards. My destiny is that I must live with it." To register this in words, especially after the absolutism of his early Maoism, is a powerful achievement and in this respect, Chandan's poetry at times is reminiscent of that of the Hungarian poet Janos Pilinszky. But Chandan also says : "I remember vividly the day I was released. The gate was opened and I was out. I felt weightless, as if walking on the moon. The noise and smells of the city were both shattering and joyful." He continues: "...the panic came later. Having found no words to explain my experiences, I became introverted. I know the reason behind my misery but I can't stop it, and I do desperately want it to stop."

These opposites, and the calm and lucid language in which they are expressed, are what characterise Chandan's poems: love of the Punjabi language and its pure expression within his work; the knowledge of Punjabi tradition and how it sits with modern harshness and contemporary ambiguity; the span from absolute truth to doubting everything; the infinity of emptiness and the weight of ordinary words; the memory of place and village and the ache of displacement, and the ability to state both without sentimentality; the invoking of mother tongue (and grandfather tongue) and the knowledge that language will invariably fail us; and the resolve to carry on with it nonetheless, and make it as lucid and as human as possible.

Arundhathi Subramaniam has written of these various aspects of Chandan's poetry with much insight. As she says: "Chandan's poetry does not invoke the theme of place with any easy sentimentalism ...memories of home are more layered than they may initially seem ... there is a silence in Chandan's poetry – a deep sense of the unspoken, and more accurately, the unspeakable." And later in the same piece: "When he edited the Maoist movement's official publication, *Lokyudh* (People's War), he believed words were his weapon. There is little evidence of [that] bellicosity in these poems. Words here are precarious and makeshift signposts in a vast hinterland of memory. They do not seek to tame silence, merely to make a fragile truce with its unmappability." Such a sense of his poetry should alert us to its contemporary relevance and weight : it is a living part of our post-colonialisms, losses, diversities, silences, and partitions and is, in a way, a subaltern distillation of the inward spirit-struggle we all are put through.

Arundhathi Subramaniam talks of how "the poet is aware of the aching cargo of loss" held within language and fact. Chandan's 'cargo', if you will, is not only a love of Lorca, Ritsos, Hikmet and others, not only an empathy with certain poets of Eastern Europe, but also a rootedness within Punjabi poetry and a life lived between a partitioned Punjab and a diverse London. All of these currents feed into the calm sculpturing of his language. In his statement in the chapbook *Being Here* (Many Press, 1991), the poet writes: "The word 'exile' has been a favourite one of writers, artists and political activists. I am here because I had no choice. I think man is in exile everywhere. That's his fate … [his place] … of possible hope or a desperate optimism." And he adds : "I never feel nostalgic about my past. It was hard, too hard. Personal and social reasons made it so … I have no desire to go back".

*

The history of Chandan's translation into English spans many years. As far back as the late 1980s a small volume was ready for publication in a list that included the poetry of Saqi Farooqi and Prem Chand's great Hindi novel *Godaan*, but sadly the publisher went under before it appeared. In 1992, John Welch at the Many Press published ten of these poems, together with an afterword, in the chapbook *Being Here*, the translations being made by the poet himself working with John Welch and Amin Mughal. After this John Welch, still working closely with the poet, continued translating, while at the same time Ajmer Rode,

Stephen Watts and, latterly, Julia Casterton, also began working on Chandan's poems.[1]

The present volume, an anthology of poems from the 1980s to the present day, represents the whole span of Chandan's work and has the feeling of a cohesive whole. Although the poems are not presented chronologically, they have been put in a themed order that accords with the poet's sensibilities, moving us as they do through language, silence, mother tongue and memory to love and loss, and while there are remarkably few overtly political poems, there is a political haeccity throughout. A few of the more recent poems were written first in English, presented here alongside the poet's own translation into Punjabi, and the fact that his use of English is rich and sure helped his translators achieve a contemporary English resonant with the sense of the poet's Punjabi, and the poet himself was scrupulous not to let the English wander too far from the original. That the poet was always a vital part of the whole process of translation means that the present volume is a genuine act of co-translation.

Apart from two books by the great Punjabi poet Puran Singh (1881-1931) that were published by J. M. Dent in London in the 1920s, there has been a marked absence of accessible translations of Punjabi poetry in the UK for more than eighty years. Given that Punjabi is statistically the second most widely spoken language in Britain, this is little short of disgraceful: but it is not by chance. It comes from specific cultural and political roots

---

[1] Of the poets Chandan has worked with, John Welch has known him since the mid-1980s and Stephen Watts since the early 1990s. Julia Casterton's involvement with translating Chandan began after she heard him read at the Aldeburgh Festival in 2001 and lasted until her untimely death in 2007. Ajmer Rode, himself a Punjabi poet of stature, worked on both first drafts and finished versions. Some translations were further honed by one or more co-translators, in a process that might best be described as a workshop, albeit one never formally established, that placed the poet himself at the core of the work.

16

that thread their way from long-held colonial-imperial attitudes into the present. Amarjit Chandan talks of these, and about inhabiting two languages, in an article he wrote for *Modern Poetry in Translation* (Third series, No. 4, 2005). "The religious conversion [from the early nineteenth century onwards] was negligible [but] the linguistic one was enormous. The British left India in 1947, dismembering the Punjab, but English still rules there; so much so that the Punjabi syntax, now mirroring the English sentence structure, is changed forever." In the middle of the nineteenth century, Lord Macauley infamously said that "a single shelf of a good European library is worth the whole native literature of India" and although this attitude may be seen as scandalous today, it prevailed for decades after Macauley's day. Indeed the imperviousness of English literary tradition to translations of modern South Asian poetries is extraordinary: other than the great Bengali poets Tagore and Jibanananda Das, very few Indian poets have been published in good translation in Britain at all.

It cannot yet be said that Chandan's work holds the place it deserves within British poetry. But *Sonata for Four Hands* – the first bilingual volume of a Punjabi poet ever published in the UK – will give readers wider access to his work, and allow a deeper assessment of his place as a writer of international stature and his significance as a poet living in Britian today.

Stephen Watts

Sonata for Four Hands

ਜੜ੍ਹਾਂ

ਜੜ੍ਹਾਂ ਨੂੰ ਦੇਖ
ਅਪਣੇ ਵੱਡੇ ਪੁਰਖੇ ਧਰੇਜੇ ਦਾ ਮੁੱਖ ਨਜ਼ਰ ਆਉਂਦਾ ਹੈ
ਜਿਸ ਤੋਂ ਸਾਡੀ ਵੇਲ ਤੁਰੀ ਸੀ

ਮੈਂ ਇਨ੍ਹਾਂ ਜੜ੍ਹਾਂ ਦਾ ਹੀ ਬੀਅ ਹਾਂ
ਕੁੱਖ ਵਿਚ ਡਿੱਗਿਆ ਉਸ ਮਿੱਟੀ-ਮਾਂ ਦਾ ਬਾਲਕ ਹਾਂ
ਜੁਗ-ਜੁਗ ਜੀਉਣ ਵਾਲ਼ਾ
ਉਸ ਦੀਆਂ ਜੜ੍ਹਾਂ ਮੇਰੇ ਲਹੂ ਵਿਚ ਵਹਿ ਰਹੀਆਂ ਹਨ

ਹੁਣੇ ਪਾਏ ਅੱਖਰ ਨੂੰ ਅਪਣੀ ਜੜ੍ਹ ਦਾ ਪਤਾ ਹੈ

ਸਿਆਹੀ ਅੱਖਰਾਂ ਨੂੰ ਪਾਣੀ ਦੇ-ਦੇ ਉਨ੍ਹਾਂ ਨੂੰ ਹਰਿਆਂ ਰਖਦੀ ਹੈ

ਜੜ੍ਹਾਂ ਨੂੰ ਦੇਖ
ਮਰੇ ਪਏ ਪਿਉ ਦਾ ਹੱਥ ਯਾਦ ਆਉਂਦਾ ਹੈ
ਮੇਰੇ ਗੀਤਾਂ ਦੀਆਂ ਜੜ੍ਹਾਂ ਜਿਸ ਦੇ ਦਿਲ ਵਿਚ ਹਨ
ਮੈਂ ਓਸੇ ਦੀ ਮਿੱਟੀ ਦਾ ਬਣਿਆ ਹੋਇਆ ਹਾਂ

ਜੜ੍ਹਾਂ ਨੂੰ ਦੇਖ
ਅਪਣੀ ਮੀਤਾਂ ਦਾ ਨੰਗੇਜ ਨਜ਼ਰ ਆਉਂਦਾ ਹੈ
ਜਿਸਨੂੰ ਮੇਰੀਆਂ ਨਜ਼ਰਾਂ ਨੇ ਕੱਜਿਆ ਹੋਇਆ ਹੈ

ਜੜ੍ਹਾਂ ਨੂੰ ਦੇਖ
ਹਵਾ ਚ ਉੱਠੇ ਹਜ਼ਾਰਾਂ ਹੱਥ ਨਜ਼ਰ ਆਉਂਦੇ ਹਨ
ਜਿਨ੍ਹਾਂ ਦੇ ਰੱਟਣ ਉਨ੍ਹਾਂ ਦੀਆਂ ਜੜ੍ਹਾਂ ਹਨ

ਜੜ੍ਹਾਂ ਨੂੰ ਦੇਖ
ਮੈਨੂੰ ਜੜ੍ਹਾਂ ਦਾ ਖ਼ਿਆਲ ਆਉਂਦਾ ਹੈ
ਇਨ੍ਹਾਂ ਜੜ੍ਹਾਂ ਵਿਚ ਹੀ ਹਨ
ਉਸ ਖ਼ਿਆਲ ਦੀਆਂ ਜੜ੍ਹਾਂ

ROOTS

Roots make me think of my forefather Dhareja –
    The root of my family tree.
His roots are flowing in my veins.
I am the seed of that root.
I fell into the womb of mother earth
Being born, to live for ages.

A letter just put down on paper
    knows its roots.

The ink waters the letters and helps them to grow.

Roots remind me
The hand of father lying dead.
The roots of my poems are in his heart.
I am made in his own image.
He is alive in me.

Roots remind me of my woman –
Her naked body covered with my sight.

Roots remind me of
Thousands of raised hands
Reasserting the dignity of labour.

Roots remind me of root infinite.
The source of everything.

Translated by Amarjit Chandan

21

ਕਾਗ਼ਜ਼

ਸਭ ਤੋਂ ਪਹਿਲਾ ਕਾਗ਼ਜ਼
ਮਨੁੱਖ ਨੇ ਅਪਣੀ ਰੂਹ ਦੀ ਚਮੜੀ ਦਾ ਬਣਾਇਆ ਸੀ
ਏਸੇ ਲਈ ਕਾਗ਼ਜ਼ 'ਤੇ ਰਹਿਮਤ ਹੈ ਖ਼ੁਦਾ ਦੀ
ਏਸੇ 'ਤੇ ਲਿਖਾਰੀ ਨਾਨਕ ਨੇ ਸੱਚਾ ਨਾਮ ਲਿਖਿਆ
ਤੂ ਸਦਾ ਸਲਾਮਤ ਕਾਗਦੁ ਸਦਾ ਸਲਾਮਤ ਕਾਗਦੁਕਾਰ

ਬਿਰਖ ਦੀ ਬਲੀ ਦੇਣ ਨਾਲ਼ ਕਾਗ਼ਜ਼ ਜੰਮਦਾ ਹੈ
ਇਕ ਵਰਕੇ ਵਿਚ ਕਿੰਨੇ ਆਲ੍ਹਣਿਆਂ ਦਾ ਵਾਸਾ ਹੈ
ਇਸ ਉੱਤੇ ਹਜ਼ਾਰਾਂ ਪੰਛੀਆਂ ਦੇ ਪਤੇ ਲਿਖੇ ਹੋਏ ਨੇ
ਕਾਗ਼ਜ਼ ਵਿਚ ਹਰੇ ਪੱਤਿਆਂ ਦੀ ਗਿੱਲੀ ਸਰਸਰਾਹਟ ਸੁਣਦੀ ਹੈ

ਕਾਗ਼ਜ਼ ਕਲਮ ਦੀ ਅੱਖ ਨਾਲ਼ ਦੇਖਦਾ ਹੈ
ਰੰਗਾਂ ਨਾਲ਼ ਬੋਲਦਾ ਹੈ
ਹਰਫ਼ਾਂ ਨਾਲ਼ ਸੁਣਦਾ ਹੈ
ਬੋਲੀ ਕਾਗ਼ਜ਼ ਦੀ ਰੂਹ ਹੈ

ਕਾਗ਼ਜ਼ ਮੇਜ਼ 'ਤੇ ਪਈ
ਕਟ ਕੇ ਰੱਖੀ ਆਸਮਾਨ ਦੀ ਟਾਕੀ ਹੈ
ਕਾਗ਼ਜ਼ ਜਲ਼ ਕੇ ਰਾਖ ਹੋ ਜਾਂਦਾ ਹੈ
ਪਰ ਇਹ ਹਰਫ਼ ਨਹੀਂ ਮਿਟਦੇ

ਇਹ ਕੋਈ ਅਜਨਬੀ ਪੰਛੀ ਹੈ
ਜੋ ਦਮ ਲੈਣ ਲਈ ਮੇਰੀ ਗੋਦ ਚ ਆ ਬੈਠਾ ਹੈ

ਕਾਗ਼ਜ਼ ਪੱਥਰ ਤੋਂ ਬਣਿਆ
ਕਾਗ਼ਜ਼ ਤਾੜਪਤ੍ਰ, ਚੰਮ ਤੇ ਦੰਦ ਵੀ ਹੁੰਦਾ ਸੀ ਕਦੇ

ਕਾਗ਼ਜ਼ ਨੂੰ ਦੇਖ ਲੱਗਦਾ ਹੈ –
ਅਸੀਂ ਇੱਕੋ ਹੀ ਟੱਬਰ ਦੇ ਜੀਅ ਹਾਂ

ਕਾਗ਼ਜ਼ ਇਸ ਵੇਲੇ ਦੀ ਬਾਰੀ ਹੈ

ਕਾਗ਼ਜ਼ ਸੰਭਾਵਨਾ ਦੀ ਦਰਸ਼ਨੀ ਡਿਓੜ੍ਹੀ ਹੈ
ਜਦੋਂ ਕਾਗ਼ਜ਼ ਨਹੀਂ ਸੀ, ਓਦੋਂ ਕਵਿਤਾ ਸੀ
ਜਦੋਂ ਇਨਸਾਨ ਨਹੀਂ ਸੀ, ਕਵਿਤਾ ਓਦੋਂ ਵੀ ਸੀ
ਕਵਿਤਾ ਕਾਗ਼ਜ਼ ਦੀ ਮਾਂ ਹੈ

THE PAPER

Man made the first ever paper with the skin of his soul.
That is why it is blessed.
Nanak scribbled the word on it.
May you be forever paper.
May you be forever the papermaker.

A tree is sacrificed to bear the paper.
So many nests lie in it.
All the birds' names are inscribed on it.
In it you can hear the wet rustling of green leaves.

The paper sees with the eye of the pen.
It speaks with colours.
It hears with alphabets.
The language is the soul of the paper.

It is a piece of the sky
        lying on the desk.
Even when it is burnt and reduced to ashes
        the alphabets still remain.

It is a strange bird
Who has landed in my lap to rest.

It evolved out of stone.
It was *tarhpatra* tree bark, the leather and the tusk.
I feel we are one family when I see the paper.

The paper is the window to the present moment in time.
It is the gateway to the possibility.

When there was no paper, poetry was there.
When there was no man, poetry was there too.

ਖ਼ਾਲੀ ਪਿਆ ਵਰਕਾ
ਨੰਗੀ ਪਈ ਨਾਰ ਵਾਂਙ ਵੰਗਾਰਦਾ ਹੈ
ਵੇਗਮੱਤੇ ਮਰਦ ਦੀ ਪੁੜਪੁੜੀ ਵਾਂਙ ਧੜਕਦਾ ਹੈ
ਤੇ ਛੁੱਟ ਰਹੇ ਪਿੰਡਿਆਂ ਵਾਂਙ ਕੰਬਦਾ ਹੈ

ਕਾਗ਼ਜ਼ –
ਪਹਿਲੀ ਵਾਰ ਉੜ ਰਿਹਾ ਪਤੰਗ
ਵਤਨ ਕਦੇ ਨ ਮੁੜਨ ਦਾ ਪਾਸਪੋਰਟ
ਕੈਦੀਆਂ ਦੀ ਤਾਸ਼
ਗੁਆਚਿਆ ਹੋਇਆ ਖ਼ਤ
ਸੜਕ 'ਤੇ ਰੁਲ਼ਦਾ ਇਸ ਸਦੀ ਦਾ ਅਖ਼ਬਾਰ

ਪੋਥੀ

ਪੋਥੀ ਰੱਬ ਦੀ ਦੇਹੀ

ਧੰਨੁ ਸੁ ਅੱਖਰ ਸ਼ਬਦ ਧੰਨੁ
ਧੰਨੁ ਕਾਤਬ   ਧੰਨੁ ਲਿਖਾਰੀ
ਜਿਸ ਲਿਖੇ ਹੋਏ ਨੂੰ ਲਿਖਿਆ
ਧੰਨੁ ਲਿਖਿਆ ਵਾਚਣ ਵਾਲ਼ਾ
ਧੰਨੁ ਪਾਠੀ ਪਾਠ ਵਿਚਾਰਨ ਵਾਲ਼ਾ
ਧੰਨੁ ਸਰੋਤਾ ਜਿਸਦੇ ਕੰਨੀਂ ਰਿਸਦੀ ਵਾਣੀ

ਧੰਨੁ ਉਹ ਹੱਥ ਜੋ ਪੋਥੀ ਛੁਹੰਦੇ
    ਹੱਥ ਜਿਨ੍ਹਾਂ ਨੇ ਪੋਥੀ ਛੋਹੀ
    ਜਿਨ੍ਹਾਂ ਹੱਥਾਂ ਵਿਚ ਪੋਥੀ ਹੋਣੀ
ਧੰਨੁ ਸੁ ਹੱਥ ਸਭ ਕੁਛ ਸਾਜਣ ਵਾਲ਼ਾ

A blank paper challenges
        like the woman lying naked.
It pulsates like the temples of the aroused man
        and shakes like the bodies coming together.

The paper –
A kite flying for the first time
A passport of no return
The cards the prisoners play
A letter lost on the way to its destination
A newspaper of the century thrown on the street.

Translated by Julia Casterton

THE BOOK

the book embodies God

blessed be the alphabet
the word blessed
blessed the scribe
the calligrapher blessed
blessed the one who contemplates
        and meditates upon the word
blessed the ears
that fill with its music

blessed are the hands that touch the book
those that once caressed it
and those who will receive it
blessed the Hand that brought it forth

ਧੰਨੁ ਜਾਨਵਰ
ਜਿਸਦੀ ਚਮੜੀ ਲੱਗੀ ਪੋਥੀ ਲੇਖੇ
ਧੰਨੁ ਬਗੜ-ਮੁੰਜ
ਜੋ ਗ਼ਲ ਕੇ ਕਾਗਦੁ ਰੂਪ ਸਮਾਈ
ਧੰਨੁ ਉਹ ਕਾਗਦੁ ਉੜਨ ਖਟੋਲਾ
ਧੰਨੁ ਕਾਗਦੁ ਰਚੀ ਸਿਆਹੀ
ਜਿਸਕੇ ਸਦਕੇ ਅੱਖਰ ਬਣਿਆ
ਤੇ ਜੋ ਕੁਛ ਹੈ ਉਹ ਸਭ ਕੁਛ ਉਸ ਮਾਹੀਂ

ਧੰਨੁ ਘੁਮਿਆਰ ਜਿਸ ਰੌਸ਼ਨਾਈ ਦਵਾਤ ਬਣਾਈ
ਧੰਨੁ ਸੁ ਕਲਮ ਜਿਸ ਕੀਏ 'ਸ਼ਨਾਨਾ
ਧੰਨੁ ਚਮਿਆਰ ਜਿਸਨੇ ਚਮੜਾ ਉਸਕੇ ਰੰਗ ਮੇਂ ਰਾਤਾ
ਧੰਨੁ ਸੁ ਖੁਰਪੀ ਧੰਨੁ ਸੁ ਆਟਾ ਧਾਗਾ
ਜਿਤ ਸੁਹਣੀ ਜਿਲਤ ਬੰਧਾਈ

ਧੰਨੁ ਸੰਤੋਖੀ ਪੋਥੀ ਦੇ ਅੰਦਰ ਦਾ ਨੇਰ੍ਹਾ
ਧੰਨੁ ਲਏ ਵਾਕ ਦਾ ਚਾਨਣ
ਧੰਨੁ ਉਹ ਥਾਨ ਜਿਥੇ ਪੋਥੀ ਦਾ ਹੈ ਵਾਸਾ
ਜਿਸ ਥਾਵੇਂ ਕੋਈ ਕਿਸੇ ਨੂੰ ਜਾ ਕੇ ਮਿਲ਼ਦਾ
ਪੂਰਾ ਕਰਦਾ ਵਾਅਦਾ

blessed the animal skin
destined to be its cover
blessed the rotting pulp
that incarnated in paper

blessed be the paper
chariot of imagination soaring to the sky
blessed the ink
that gets immersed
        and forms the luminous word
for whatever exists
exists in that word

blessed be the potter
who moulded the inkpot
and quill's holy dip in ink
blessed the tanner who dyed the skin
and paste and thread that bound it

blessed is the peaceful dark
        of the book when closed
blessed the illumination
        of its opening word
blessed be the place where it rests
the place of rendevouz
fulfilling promises

Translated by Shashi Joshi

ਚਿੱਟੇ ਹਾਸ਼ੀਏ ਵਾਲ਼ੀ ਤਸਵੀਰ

ਧਰੇਜਾ ਮਿੱਟੀ ਦੀ ਕੰਧ ਵਿਚ ਲੱਗੀ
ਚਿੱਟੇ ਹਾਸ਼ੀਏ ਵਾਲ਼ੀ ਤਸਵੀਰ ਦੇਖਦਾ ਰਹਿੰਦਾ ਹੈ
ਧਰੇਜੇ ਨੂੰ ਪਤਾ ਨਹੀਂ
ਕਿ ਧਰਤੀ ਘੜੇ ਵਰਗੀ ਗੋਲ਼ ਹੈ
ਉਹਦੇ ਭਾਣੇ ਧਰਤੀ ਜ਼ਮੀਨ ਜਿੰਨੀ ਪੱਧਰੀ ਹੈ
ਜੋ ਦੁਮੇਲ਼ 'ਤੇ ਜਾ ਕੇ ਮੁੱਕ ਜਾਂਦੀ ਹੈ

ਆਸਮਾਨ ਦੇ ਚੰਦੋਏ ਹੇਠਾਂ ਸਾਰੀ ਖੇਡ ਵਰਤ ਰਹੀ ਹੈ –
ਬਾਜ਼ੀਗਰ ਜੌਹਰ ਦਿਖਾ ਰਿਹਾ ਹੈ
ਹੋਣੀ ਦਾ ਢੋਲ ਵੱਜਦਾ ਹੈ
ਕੋਈ ਠਾਕਰਦੁਆਰੇ ਸੰਖ ਪੂਰਦਾ ਹੈ
ਧਰਤੀ ਪਰ੍ਹੇ ਹੋਰ ਪਰ੍ਹੇ ਹੋ ਰਹੀ ਹੈ

ਧਰੇਜਾ ਸੋਚਦਾ ਹੈ – ਮੈਂ ਖ਼ੁਸ਼ ਕਦੋਂ ਹੋਇਆ ਸੀ

ਉਹ ਖ਼ੁਸ਼ ਤਾਂ ਹੋਇਆ ਸੀ, ਪਰ ਉਹਨੂੰ ਚੇਤਾ ਨਹੀਂ ਆਉਂਦਾ

ਹੱਸਣ ਤੋਂ ਪਹਿਲਾਂ ਰੋਣਾ ਜੰਮਦਾ ਹੈ

ਉਹਨੂੰ ਅਪਣੀਆਂ ਆਉਣ ਵਾਲ਼ੀਆਂ ਪੀੜ੍ਹੀਆਂ ਦੇ
ਸਾਰੇ ਹੁਣੇ-ਜੰਮੇ ਬਾਲਾਂ ਦਾ ਰੋਣ ਸੁਣਦਾ ਹੈ
ਤੇ ਬੁੱਲ੍ਹਾਂ ਚ ਹੱਸਦਾ ਹੈ
ਕਿ ਉਹ ਸਾਰਿਆਂ ਦਾ ਪਿਉ ਹੈ
ਇਸ ਵੇਲੇ ਧਰੇਜਾ ਆਪ ਰੱਬ ਹੈ

ਮਿੱਟੀ ਦੀ ਕੰਧ ਚ ਲੱਗੀ
ਚਿੱਟੇ ਹਾਸ਼ੀਏ ਵਾਲ਼ੀ ਤਸਵੀਰ
ਧਰੇਜੇ ਦੀ ਅਪਣੀ ਹੀ ਬਣਾਈ ਹੋਈ ਹੈ
ਧਰੇਜਾ ਹੈਰਾਨ ਹੈ

ਨੀਉਯੌਰਕ ਦੇ ਗੁਗਨਹਾਈਮ ਮਿਉਜ਼ਮ ਵਿਚ ਰੂਸੀ ਚਿਤ੍ਰਕਾਰ ਵਾਸਿਲੀ ਕਾਨਦਿੰਸਕੀ (1866–1944) ਦੀ *ਪੇਂਟਿੰਗ ਵਿਦ ਏ ਵ੍ਹਾਈਟ ਬੌਰਡਰ* (1913) ਨੂੰ ਦੇਖ ਕੇ

PAINTING WITH A WHITE BORDER

Dhareja
     gazes and gazes at the painting with a white border
On the mud wall of his hut

He does not know that
     the earth is round like a pitcher
He thinks it's flat like the earth itself
Which ends on the horizon

All this happens under the canopy that is the sky
     the juggler is playing
     the drummer is beating the drum of fate
     somebody is blowing the conch in the *thakurdwara*
     numberless planets are orbiting around each other

Dhareja tries to remember when he was happy last time
He was happy once, but he does not remember when

Man cries before he learns to smile

Now Dhareja hears the cries of all his children
     born after him
He smiles when he realises that
He is the father of them all
He is God himself
It was he who created the painting with the white border
He is overwhelmed.

Translated by Amarjit Chandan

29

ਮਾਂ ਦਾ ਵਿਆਹ

ਇਹ ਜਾਗਣ ਦਾ ਵੇਲਾ ਸਗਨਾਂ ਵਾਲ਼ਾ

ਕੁੰਡ ਵਿਚ ਅਗਨੀ ਬਲ਼ਦੀ ਧੂ-ਧੂ

ਲਾਵਾਂ 'ਤੇ ਬੈਠੀ ਮਾਂ ਮਿਰੀ ਅਵਾਣੀ
ਸੁੱਤੀ ਉਂਘਲਾਂਦੀ
ਮਸਫੁੱਟ ਪਿਉ ਦੀਆਂ ਜਗਦੀਆਂ ਅੱਖਾਂ ਵਿਚ
ਅਗਨੀ ਦਾ ਪਰਛਾਵਾਂ ਪੈਂਦਾ
ਪੰਡਤ ਦੇ ਬੋਲਾਂ ਨਾਲ਼ ਹਿੱਲਦਾ
ਪਾਰਬ੍ਰਹਮ ਨੂੰ ਪਿਤਰਾਂ ਨੂੰ ਹਾਜ਼ਿਰ-ਨਾਜ਼ਿਰ ਕਰਦਾ

ਚੜ੍ਹ ਕੇ ਆਇਆ ਚੰਦਰਮਾ ਸੰਜੋਗਾਂ ਦੇ ਰੱਥ ਉੱਤੇ
ਬੰਨ੍ਹਿਆਂ ਸਮਾਂ ਸੁਹਾਗ: ਸਖੀਆਂ
ਚੰਨ-ਚਾਨਣੀ ਕਣੀਆਂ ਡਿੱਗਣ ਗੀਤਾਂ ਦੀ ਕੁੱਖ ਅੰਦਰ

ਪਿਉ ਜਾਗਦਾ
ਸੁੱਤੀ ਉਂਘਲਾਂਦੀ ਮਾਂ ਦਾ ਹੱਥ
ਅਪਣੇ ਕੰਬਦੇ ਹੱਥ ਵਿਚ ਲੈ ਕੇ ਬੈਠਾ

ਇਹ ਵੇਲਾ ਸਗਨਾਂ ਵਾਲ਼ਾ

ਮੇਰਾ ਸੁਪਨਾ

ਮੈਂ ਕੀ ਸੁਪਨਾ ਡਿੱਠਾ -
ਮਾਂ ਅੱਖੀਆਂ ਵਿਚ ਕੱਜਲ਼ ਪਾਵੇ ਵਰ੍ਹਿਆਂ ਮਗਰੋਂ
ਖ਼ਿਆਲ ਅਪਣੇ ਨੂੰ ਝਾਲਰ ਲਾਵੇ
ਸ਼ੀਸ਼ਾ ਉਹਨੂੰ ਚਾਅ ਨਾਲ਼ ਤੱਕੇ
ਨਾ ਖ਼ੁਸ਼ੀ ਮਿਉਂਦੀ

MY MOTHER'S WEDDING

Midnight.

It is an auspicious time to be awake.

My mother sits half asleep on the altar next to the holy fire.

Young blonde hair shines on father's upper lip
In the *kund* – pit – the fire burns in flames
                            imaged in his eyes.

Shadows move with the mantras uttered by the *pundit*
Calling Brahma – God – and the ancestors to witness.

The moon has arrived in the nuptial chariot.
Girls sing.
Moonlight falls in drops in the womb of the song.

Father   awake   wide-eyed
Holds mother's hand nervously in his.

It is an auspicious time to be awake.

Translated by Julia Casterton & Stephen Watts

MY DREAM

I saw a dream –
After so many years mother putting kohl in her eyes
        lacing her thoughts.
The mirror looks at her elated.

ਕੱਜਲਾਈਆਂ ਅੱਖੀਆਂ ਵਿਚ ਉਦ੍ਹੇ ਜਣੇ ਨੂੰ
ਪਹਿਲੀ ਰਾਤ ਦਾ ਜਗਦਾ ਦੀਵਾ ਨਜ਼ਰੀਂ ਆਇਆ
ਉਦ੍ਹੇ ਲਹੂ ਵਿਚ ਦੀਏ ਅਨੇਕਾਂ ਇਕਦਮ ਜੱਗੇ
ਮੁੱਕੀ ਰਾਤ ਵਿਛੋੜੇ ਵਾਲ਼ੀ ਲੰਮੀ
ਚੰਨਣ ਦਾ ਬੀਅ ਕਿਰਿਆ ਲਾਲ ਮਿੱਟੀ ਦੇ ਅੰਦਰ

ਉਸ ਰਾਤ ਦੋਹਵਾਂ ਨੇ ਰਲ਼ ਕੇ ਮੇਰਾ ਸੁਪਨਾ ਡਿੱਠਾ

ਮੈਂ ਉਸ ਰਾਤ ਦਾ ਸੁਪਨਾ

ਅਸੀਂ

ਮੈਂ ਹਾਂ ਮਾਂ ਦੇ ਪੇਟ ਦੇ ਅੰਦਰ।
ਪਿਉ ਉਂਗਲ਼ ਦੇ ਨਾਲ
ਮਾਂ ਦੇ ਪੇਟ ਦੇ ਉੱਤੇ ਹੌਲ਼ੀ-ਹੌਲ਼ੀ ਲੀਕ ਹੈ ਵਾਹੁੰਦਾ।
ਮਾਂ ਨੇ ਅੱਖਾਂ ਮੁੰਦੀਆਂ ਹੋਈਆਂ।
ਪਿਉ ਦੀ ਖੁੱਲ੍ਹੀ ਦਾਹੜੀ ਅੱਜ ਹੋਰ ਵੀ ਸੁਹਣੀ ਲੱਗੇ।
ਮੈਂ ਉਹਦੀ ਉਂਗਲ਼ ਦੇ ਨਾਲ਼-ਨਾਲ਼ ਚਲਦਾ ਹਾਂ।
ਮਾਂ ਹੱਸ ਕੇ ਆਖੇ: ਤੈਨੂੰ ਸਵਾਣਦੈ!
ਫੇਰ ਉਹ ਮੇਰਾ ਸਿਰ ਚੁੰਮਦਾ ਹੈ।
ਅੱਜ ਸਾਡੇ ਪੈਰ ਧਰਤੀ 'ਤੇ ਨਹੀਂ॥

In her eyes I saw her man
The burning earthen lamp of their first night.
Numerous lamps lit altogether.
The long night of separation came to an end.
A seed of *Chandan* sandalwood fell in the red soil.

That night they dreamt of me together.

I am the dream of that night.

Translated by Julia Casterton

WE

I am in my mother's belly.

Father draws a line with his finger on her bulge.

Mother closes her eyes.
Today father looks dashing in his flowing beard.

I walk holding the touch of his finger.

He recognises you – says mother.

Father kisses my head.

Our feet are not on the ground today.

Translated by Julia Casterton

ਮਾਂ ਦਾ ਸੰਦੂਕ

ਮਾਂ ਦਾ ਸੰਦੂਕ ਭਰਿਆ ਹੋਇਆ ਹੈ
ਉਹਦੇ ਹੱਥੀਂ ਕੱਤੀਆਂ ਬੁਣੀਆਂ ਬਣਾਈਆਂ
ਦਰੀਆਂ ਚਤੱਹੀਆਂ ਰਜ਼ਾਈਆਂ ਨਾ.ਲ
ਤੇ ਤਹਿ ਲਾ ਕੇ ਰੱਖੇ ਲੀੜੇ ਪਏ ਹਨ
ਤਹਿਆਂ ਵਿਚ ਟਾਹਲੀ ਤੇ ਮੇਖਾਂ ਦੇ ਜੰਗਾਲ ਦੀ
ਮਹਿਕ ਲੰਮੀ ਪਈ ਹੈ

ਮਾਂ ਜਦ ਸੰਦੂਕ ਤੋਂ ਓਹਲੇ ਹੁੰਦੀ ਹੈ
ਤਾਂ ਵਿਚ ਪਈਆਂ ਸ਼ੈਆਂ ਗੱਲਾਂ ਕਰਨ ਲੱਗਦੀਆਂ ਹਨ
ਮਾਂ ਦੀਆਂ ਮਾਂ ਦੇ ਨਿਆਣਿਆਂ ਦੀਆਂ
ਸਾਡੀ ਪਿੱਠ ਸੁਣਦੀ ਹੈ
ਮਾਂ ਦਾ ਉਹ ਸੂਟ ਚੁੱਪ ਰਹਿੰਦਾ ਹੈ
ਜਿਹੜਾ ਉਹਨੇ ਅਪਣੇ ਆਖ਼ਿਰੀ ਸਫ਼ਰ ਲਈ ਸਾਂਭ ਰੱਖਿਆ ਹੈ
ਇਹਨੂੰ ਦੇਖ ਮੇਰੀ ਫ਼ਰਾਕ ਦਾ ਦਿਲ ਥੋਹੜਾ ਹੁੰਦਾ ਹੈ
ਮਾਂ ਕਹਿੰਦੀ ਹੈ –
ਜੇ ਮੈਂ ਨਾ ਹੋਈ ਪੁੱਤ
ਇਹ ਅਪਣੇ ਮੁੰਡੇ ਦੇ ਪਾਉਣਾ ਨਾ ਭੁੱਲੀਂ

ਵਿਚ ਗੱਠੜੀ ਪਈ ਹੈ
ਜਿਹਨੂੰ ਮਾਂ ਕਿਸੇ ਨੂੰ ਹੱਥ ਨਹੀਂ ਲਾਉਣ ਨਹੀਂ ਦਿੰਦੀ

ਮਾਂ ਦਾ ਸੰਦੂਕ ਕਿੱਥੇ ਹੈ
ਹੁਣੇ ਈ ਇਥੇ ਪਿਆ ਸੀ

ਪਿਤਾ ਨਾ.ਲ ਗੱਲਾਂ

ਤੁਸਾਂ ਸਿਖਾਇਆ ਮੈਨੂੰ ਊੜਾ ਲਿਖਣਾ
ਖੁਸ-ਖੁਸ ਕਰਦਾ ਹੱਥ ਮਿਰਾ ਅਪਣੇ ਹੱਥ ਵਿਚ ਲੈ ਕੇ
ਤੁਸਾਂ ਸਿਖਾਇਆ ਕੈਮਰਾ ਫੜਨਾ
ਕਿਵੇਂ ਸ਼ੀਸ਼ੇ ਦੀ ਅੱਖ ਨੂੰ ਅੱਖ ਦੇ ਨਾ.ਲ ਮੇਲਣਾ
ਸੇਧ ਨਿਸ਼ਾਨਾ ਪੁਤਲੀ ਵਿਚ ਨੂੰ
ਤੁਸਾਂ ਸਿਖਾਇਆ ਬਟਣ ਦਬਾਣਾ ਸਾਹ ਰੋਕ ਕੇ

MOTHER'S *SANDOOK* CHEST

Here is mother's sandook full of things
       rugs   thick sheets   and quilts
        spun   woven   and   stitched by her
Well-kept clothes bear the smell
       of age-old *tāhli* rose wood and the rust of nails
           and the fragrance of six seasons.

When the sandook is out of her sight
the things start talking about her and her children.
They do not know that we all know what they say.
Mother's dress does not talk,
the one she has kept for her last journey.
The gown I wore as a baby feels bad.
Mother says – When I'm no more
         don't forget to have your son wear it.

There is a bundle in the sandook
Nobody is allowed to touch.

Where is mother's sandook?
It was here just now.

               Translated by Amarjit Chandan

TO FATHER

As you taught me to write the first letter
       of Gurmukhi – the Punjabi script
holding my nervous hand in yours
You taught me to hold the camera
         to focus on faces   in the pupil of the eye
and to press the button   holding my breath

ਕੈਮਰਾ ਜਿਉਂ ਬੰਦੂਕ ਹੋਂਵਦਾ
ਜੋ ਦਾਗੇ ਹੈ ਰੂਹ ਵਿਚ ਸਿੱਧੀ ਸੰਜੀਵਨ ਗੋਲ਼ੀ

ਤੁਸੀਂ ਕੈਸੇ ਪਰਲੋਕ ਸਿਧਾਏ   ਮੁੜ ਕੇ ਫਿਰ ਨਾ ਆਏ
ਹੁਣ ਕਿੱਥੇ ਓ   ਕੀ ਕਰਦੇ ਓ
ਆ ਜਾਓ ਤਾਂ ਛੁੱਟੀ ਲੈ ਕੇ
ਮੈਂ ਖਿੱਚਾਂਗਾ ਤਸਵੀਰ ਤੁਹਾਡੀ ਨਾਲ਼ ਬਿਠਾ ਕੇ   ਅੱਖ ਲਿਸ਼ਕਾ ਕੇ

ਯਾਦ ਹੈ ਅਪਣੀ ਉਹ ਤਸਵੀਰ
ਜੋ ਕੈਮਰੇ ਅਪਣੇ-ਆਪੂੰ ਖਿੱਚੀ
ਤੁਸੀਂ ਹੋ ਬੈਠੇ ਮੈਨੂੰ ਗਲ਼ ਨਾਲ਼ ਲਾਈ   ਗੱਲ੍ਹ ਨਾ' ਗੱਲ੍ਹ ਛੁਹਾ ਕੇ

ਤਸਵੀਰ ਨਹੀਂ ਹੈ ਦਸਦੀ
ਉਸ ਪਲ ਸੀ ਤੁਹਾਡਾ ਦਿਲ ਭਰ ਆਇਆ

ਆਵੋ ਮੁੜ ਕੇ
ਮੈਂ ਦਿਖਲਾਵਾਂਗਾ ਖਿੱਚੀਆਂ ਉਨ੍ਹਾਂ ਦੀਆਂ ਤਸਵੀਰਾਂ
ਤੁਸੀਂ ਜਿਨ੍ਹਾਂ ਨੂੰ ਮਿਲੇ ਨਹੀਂ ਸੀ
ਉਹ ਥਾਵਾਂ ਵੀ   ਜਿਥੇ ਤੁਸੀਂ ਗਏ ਨਹੀਂ ਸੀ
ਤੇ ਤੁਸੀਂ ਦਿਖਲਾਈਓ ਮੈਨੂੰ ਉਹ ਤਸਵੀਰਾਂ ਸੰਗਤੀਆਂ ਦੀਆਂ
ਜੋ ਰਹਿੰਦੇ ਸੱਚਖੰਡ ਅੰਦਰ

(ਮੂਲ਼ ਅੰਗਰੇਜ਼ੀ ਵਿਚ)

ਆਵਾਜ਼ਾਂ

ਮੈਨੂੰ ਆਵਾਜ਼ਾਂ ਸੁਣਦੀਆਂ ਹਨ –

ਮਾਂ ਕੋਈ ਗੱਲ ਕਰਕੇ ਹੱਸੀ ਹੈ

ਪਿਉ ਦੇ ਬੋਲਦੇ ਦਾ ਗੱਚ ਭਰ ਆਇਆ ਹੈ

ਮੇਰੀ ਲੂਈਂ ਫੁਟ ਰਹੀ ਹੈ

As if it were a gun
                loaded with bullets of life.

Where are you now father?
Can you take some time off from death?

I'd like to take my self-portrait sitting next to you
        with a glint in my eyes.
Remember that photograph you took with the self-timer
        of us together many years ago
You holding me cheek to cheek?

The photograph doesn't show the lump in your throat.

We'll exchange pictures I have taken
        of faces you haven't seen
                and of places you never visited
and you can show me yours taken in the valley of the dead.

        (Originally written in English)

VOICES

I hear voices:

Mother says something and laughs.

There's a lump in my father's throat as he talks.

Hair is beginning to sprout on my face.

ਸਾਰੀ ਛੁੱਟੀ ਦੀ ਘੰਟੀ ਵਜ ਰਹੀ ਹੈ

ਮੈਂ ਉਹਨੂੰ ਫੇਰ ਚੁੰਮਿਆ ਹੈ

ਰੇਲਗੱਡੀ ਨਕੋਦਰ ਨੂੰ ਜਾ ਰਹੀ ਹੈ

ਭੈਣ ਤ੍ਰਿਕਾਲ ਸੰਧਯਾ ਵੇਲੇ ਰੋ ਰਹੀ ਹੈ

ਇਹ ਆਵਾਜ਼ ਸਾਡੇ ਘਰ ਆਏ ਬਾਬਾ ਭਾਗ ਸਿੰਘ ਕੈਨੇਡੀਅਨ ਦੀ ਹੈ

ਜੇਲਖ਼ਾਨੇ ਦਾ ਗੇਟ ਖੁੱਲ੍ਹ ਰਿਹਾ ਹੈ

ਦੁੱਧ ਚੁੰਘਦੇ ਪੁਤ ਨੂੰ ਹੁੱਥੂ ਆ ਗਿਆ ਹੈ

ਮੁਸਾਫ਼ਿਰ ਸਮੁੰਦਰ ਚ ਨਾਰੀਅਲ ਤੇ ਫੁੱਲ ਸੁਟ ਰਹੇ ਹਨ

ਸਿਰਫ਼ ਇੱਕੋ ਆਵਾਜ਼ ਨਹੀਂ ਆਉਂਦੀ

ਜਿਨੂੰ ਸੁਣਨ ਲਈ ਰੂਹ ਤਰਸਦੀ ਹੈ

A bell rings. School's over.

I have kissed her again.

The train is leaving for Nakodar.

This is the voice of Baba Bhāg Singh visiting our house.

The prison gate is opening.

My baby son chokes as he sucks at his mother's breast.

Travellers throw flowers and coconuts in the sea.

One sound only is missing,

The one I am longing to hear.

Translated by Ajmer Rode & John Welch

ਚਾਚਾ ਮੋਹਨ ਸਿੰਘ

ਸੰਨ 1930 ਦੀ ਰਾਤ
ਨਕੋਦਰ ਸ਼ਹਿਰ ਦੇ ਲੋਕ ਹੈਰਾਨ ਹਨ
ਤੰਬੂ ਵਿਚ ਗੂੰਗੀ ਫ਼ਿਲਮ ਦਾ ਖੇਲ ਚਲ ਰਿਹਾ ਹੈ
ਤੇ ਨਾਲ਼-ਨਾਲ਼ ਚਾਚਾ ਮੋਹਨ ਸਿੰਘ ਵਾਜਾ ਵਜਾ ਰਿਹਾ ਹੈ

ਨੇੜ੍ਹੇ ਦੀ ਕੰਧ ਵਿਚ ਬਾਰੀ ਖੁੱਲ੍ਹੀ ਹੋਈ ਹੈ
ਸ਼ੈਆਂ ਬੋਲਦੀਆਂ ਹਨ ਪਰ ਵਾਜ ਨਹੀਂ ਆਉਂਦੀ
ਫੁੱਲ ਜਦ ਖਿੜਦਾ ਹੈ ਤਾਂ ਚੁਪ-ਚੁਪੀਤਾ
ਤੁਰਦੇ ਜਾਂਦੇ ਬੰਦੇ ਵੀ ਨੱਸਦੇ ਜਾਂਦੇ ਲਗਦੇ ਹਨ
ਲੋਕ ਨੀਂਦਰ ਵਾਲੇ ਸੁਪਨੇ ਨੂੰ ਦੇਖ ਲੋਟ-ਪੋਟ ਹੋ ਰਹੇ ਹਨ
ਚਾਚਾ ਮੋਹਨ ਸਿੰਘ ਵਾਜੇ 'ਤੇ ਉਨ੍ਹਾਂ ਦੀ ਸੰਗਤ ਕਰ ਰਿਹਾ ਹੈ
ਤੇ ਫੁੱਲ ਖਿੜਾ ਰਿਹਾ ਹੈ

ਅੱਜ ਦੀ ਰਾਤ
ਨਕੋਦਰ ਸ਼ਹਿਰ ਦੇ ਲੋਕ ਇਕੱਠੇ ਸੁਪਨਾ ਲੈ ਰਹੇ ਹਨ
ਹੱਸ ਰਹੇ ਹਨ ਤੇ ਹੈਰਾਨ ਹਨ

ਸਰੋਦ ਵਾਦਨ

ਪਰਿੰਦਿਆਂ ਦੀ ਚਹਿ-ਚਹਿ ਉਡ਼ ਰਹੀ ਹੈ

ਅਸੰਖ ਘੁੰਗਰੂ ਵਜ ਰਹੇ ਹਨ

ਆਵਾਜ਼ ਬੂੰਦ ਬੂੰਦ ਵਰ੍ਹ ਰਹੀ ਹੈ

ਮਿੱਟੀ ਆਵਾਜ਼ ਨੂੰ ਜੀਰ ਰਹੀ ਹੈ

ਦਿਸਹੱਦਾ ਵਜ ਰਿਹਾ ਸੰਖ ਹੈ

UNCLE MOHAN SINGH

1930. The people of Nakodar are wonderstruck tonight.

In the tent a silent film is being shown
and my *chacha* uncle Mohan Singh plays the harmonium.

A window illuminates the wall of darkness.

The actors move their lips   voiceless.

A flower blossoms, silently.

In the film when they walk it seems they are running.

People watch their dream and laugh their hearts out.
Uncle Mohan Singh is accompanying them with his harmonium
                          and making the flowers blossom.

Tonight the people of Nakodar are dreaming together
                                    awake.

Translated by Julia Casterton & Stephen Watts

SAROD RECITAL

Frightened birds start singing all of a sudden

Ankle bells beat against their shells

The soil soaks up the sound drop by drop

The horizon: a conch blowing

Sound of wine filling a goblet

ਭਰ ਰਹੇ ਜਾਮ ਦੀ ਕੁਲ ਕੁਲ ਹੈ

ਛਾਤੀ ਨੂੰ ਪਲੋਸਦੇ ਹੱਥ ਹਨ

ਵਿੱਛੜ ਰਹੇ ਹੱਥਾਂ ਦੀ ਛੁਹ ਹੈ

ਕਾਗ਼ਜ਼ 'ਤੇ ਘਿਸਰ ਰਹੀ ਕ਼ਲਮ ਹੈ

ਧਰਤੀ ਚ ਨਿਕਲ਼ ਰਿਹਾ ਸਿਆੜ ਹੈ

ਬਾਰੀ ਦੇ ਸ਼ੀਸ਼ੇ ਚੋਂ ਛਣ ਰਹੀ ਪੂਰਣਿਮਾ ਦੀ ਰਾਤ ਹੈ

ਛੁੱਟੀ ਦੀ ਵੱਜ ਰਹੀ ਘੰਟੀ ਹੈ

ਰਿਜ਼ਕ ਦੇ ਦਾਣਾ ਦਾਣਾ ਵਰ੍ਹਦੇ ਬੱਦਲ਼ ਹਨ

ਰਗਾਂ ਚ ਖ਼ਾਮੋਸ਼ ਗਰਦਿਸ਼ ਕਰ ਰਹੀ ਉਦਾਸੀ ਹੈ

ਸਮੁੰਦਰ ਦੇ ਹੇਠ ਵਗ ਰਿਹਾ ਦਰਿਆ ਹੈ

ਰੇਨਾਤਾ ਫ਼ਨਤੈਨਲਾ ਦੇ ਨਾਂ

ਸੁਰਮੇਲ ਛਿੜੀ
ਬਣਦੇ ਤੇ ਢਲ਼ਦੇ ਪਰਛਾਵਿਆਂ ਦੀ ਸੁਰਮੇਲ ਛਿੜੀ
ਕ਼ਤਰਾ ਕ਼ਤਰਾ ਪਾਣੀ ਡਿਗਦਾ
ਛਡ ਜਾਂਦਾ ਚਿੰਨ੍ਹ ਪੱਥਰਾਂ ਉੱਤੇ
ਸੂਰਜ ਚੜ੍ਹਦਾ
ਅੰਧਕਾਰ ਦੇ ਨਿੱਕੇ ਨਿੱਕੇ ਟੁਕੜੇ
ਤੇਰੇ ਘਰ ਦੀ ਚਿੱਟੀ ਕੰਧ 'ਤੇ ਪੱਸਰ ਜਾਂਦੇ
ਜ਼ੈਤੂਨ ਦੇ ਰੁੱਖ ਦੀ

Hands fondling a breast, and the

Departing touch of hands

A pen scraping on paper in the still night

A plough, making a furrow in earth

The moonlight falling on closed windows

A school bell ringing

Clouds of wheat raining down, grain by grain

Sadness travelling through the veins

A river flowing beneath the sea

Translated by Amin Mughal & Stephen Watts

WHO'S PLAYING
for Renata Fontenla

who's playing
the symphony of quivering shadows

the water drips drop by drop
leaves imprints on stones

the sun rises
and small pieces of darkness are
spread on the white wall of your house
                    shadows

ਲੈਂਪ ਪੋਸਟ
ਤੇ ਇਸ ਉੱਤੇ ਬੈਠੇ ਪੰਛੀ ਦੀ ਛਾਂ ਬਣ ਕੇ
ਤੇਰੇ ਘਰ ਦੀ ਚਿੱਟੀ ਕੰਧ
ਜੀਰੀ ਜਾਂਦੀ ਇਹ ਪਰਛਾਈਆਂ
ਕ਼ਤਰਾ ਕ਼ਤਰਾ
ਪੱਤਾ ਪੱਤਾ
ਤਾਂਹੀਓਂ ਪਥਰੀਲੀਆਂ ਝੀਤਾਂ ਵਿੱਚੋਂ ਪੁੰਗਰ ਆਏ ਹਨ
ਨਿੱਕੇ ਨਿੱਕੇ ਬੂਟੇ ਨਿੱਕੇ ਨਿੱਕੇ ਸਾਏ
ਏਸ ਰੁੱਖ ਦੀਆਂ ਲੈਂਪ ਪੋਸਟ ਦੀਆਂ
ਇਸ ਪੰਛੀ ਦੀਆਂ ਜੜ੍ਹਾਂ ਨੂੰ ਲਭਣ ਖ਼ਾਤਿਰ
ਧੁੱਪ ਘਰ ਤੇਰੇ ਤਾਈਂ ਚਲ ਕੇ ਆਈ

ਖੁੱਲ੍ਹਾ ਦਰ
ਪਰ
ਲੁੱਗਾ ਘਰ

ਧੁੱਪ ਅੱਜ ਦਰ ਤੇਰੇ ਖ਼ਾਮੋਸ਼ ਖੜ੍ਹੀ ਹੈ

ਟ੍ਰੋਮਜ਼ ਕੰਢੇ

ਸੰਝ ਪਈ 'ਤੇ
ਟ੍ਰੋਮਜ਼ ਕੰਢੇ ਲਕੜੀ ਦੇ ਪੁਲ਼ ਉੱਤੇ
ਉਹ ਸੀ ਤੇ ਮੈਂ ਸੀ
ਨਾ ਉਹ ਪੰਜਾਬੀ ਜਾਣੇ ਨਾ ਮੈਂ ਉਸਦੀ ਬੋਲੀ
ਬੋਲ ਰਹੇ ਸਾਂ ਪ੍ਰੇਮ-ਪਿਆਰ ਦੀ ਟੁੱਟੀ-ਫੁੱਟੀ ਭਾਸ਼ਾ

                    of the olive tree
            of the lamp post
                            and
                            of the bird perching on it

the white wall
soaks the shadows
                    drop by drop
                    leaf by leaf

from the crevices of the wall
            little plants
            little shadows sprout

to reach the roots of the tree
the lamp post
the bird
the sun has come to your house

the door is open
but
the house is empty

the sun stands on your threshold in silence

Translated by Amin Mughal

TROLLOPE & COLLS

Leaning on a derelict pier of the Thames
In the celestial blue neon light

TROLLOPE & COLLS ਦੇ ਜਗਦੇ ਇਸ਼ਤਿਹਾਰ ਦੀ ਨੀਲੀ ਲੋਅ ਵਿਚ ਡੁੱਬਾ
ਸਭ ਕੁਝ ਨੀਲਾ ਨੀਲਾ ਸੀ

ਉਹ ਮੇਰੇ ਹੱਥੋਂ ਅਪਣਾ ਹੱਥ ਛੁੜਾ ਕੇ ਕਹਿੰਦੀ –
ਨਹੀਂ, ਮੈਂ ਨਹੀਂ...
ਰੱਬ ਵਾਸਤੇ ਚੁੰਮ ਨਾ ਮੈਨੂੰ
ਮੈਂ ਨ ਜਾਣਾ, ਕੀ ਭਲ਼ਕੇ ਹੋ ਜਾਣਾ
ਇਹ ਸੋਚ ਕੇ ਦਿਲ ਮੇਰੇ ਨੂੰ ਕੁਛ-ਕੁਛ ਹੁੰਦਾ
ਮੈਥੋਂ ਪੁੱਛ ਨਾ ਕਿਉਂ ਕਿਵੇਂ ਦੀਆਂ ਗੱਲਾਂ...

ਘੱਗੀ ਸੁਰ ਵਿਚ ਜਹਾਜ਼ ਦਾ ਘੁੱਗੂ ਵੱਜਾ

ਲਹਿਰਾਂ ਛਪ-ਛਪ ਕੰਢੇ ਸੰਗ ਟਕਰਾਈਆਂ
ਮਿੱਟੀ ਰੰਗੀਆਂ ਦੋ ਬੱਤਖਾਂ
ਬਰੇਤੇ ਉੱਤੇ ਖੜ੍ਹੀਆਂ ਨਾ ਹਿੱਲੀਆਂ ਨਾ ਜੁੱਲੀਆਂ

ਨੀਲੀ ਲੋਅ ਵਿਚ ਡੁੱਬਾ ਸਭ ਕੁਝ ਨੀਲਾ ਨੀਲਾ ਸੀ।
ਅਜ਼ਲਾਂ ਦੇ ਸਵਾਲਾਂ ਨੂੰ ਫਿਰ ਅੱਜ ਕੋਈ ਉੱਤਰ ਨਾ ਮਿਲ਼ਿਆ॥

(ਮੂਲ਼ ਅੰਗਰੇਜ਼ੀ ਵਿਚ)

ਕੌਵੈਂਟ ਗਾਰਡਨ

ਕੌਵੈਂਟ ਗਾਰਡਨ ਦੇ ਖੁੱਲ੍ਹੇ ਰੈਸਤੋਰਾਂ ਵਿਚ
ਉਹ ਸੀ ਤੇ ਮੈਂ ਸੀ
ਘੁਟ-ਘੁਟ ਪੀਂਦੇ ਦੋਹਵੇਂ ਇੰਜ ਪੀਂਦੇ ਸਾਂ
ਜਿਉਂ ਸਗਲ ਸ੍ਰਿਸ਼ਟੀ ਸਾਜਣ ਵਾਲ਼ੇ ਹੋਈਏ

ਦੇਖ ਰਹੇ ਸਾਂ ਜਗ ਤਮਾਸ਼ਾ –
ਜਾਦੂਗਰ ਜਾਦੂ ਪਏ ਕਰਦੇ
ਅਗਨੀ ਖਾਵਣ ਵਾਲ਼ੇ
ਤਾਰ ਦੇ ਉੱਤੇ ਤੁਰਦੇ ਢੋਲ ਵਜਾਵਣ ਵਾਲ਼ੇ ਬੰਦੇ

of capital letters TROLLOPE & COLLS
Unholding her hand abruptly from me
She whispered: "I make no kiss" &
Lost for words, flicking through
   the English phrase book, continued –

"I feel sad what happen to me tomorrow.
Don't ask me difficult questions
   of why &, but & and..."

A boat blew its fog horn.
The tide's waves thumped the bank
   & a pair of camouflaged ducks stayed still.

All was draped in blue.

Difficult questions remained unanswered.

 (Originally written in English)

COVENT GARDEN

Covent Garden
Open restaurant
She and me –
   sipping tea, as if we alone were the whole world,
the creators of all that exists.
Watching the unfolding drama –
   magicians with their illusion-making antics
   tight rope walkers
   drum beaters

ਮੈਂ ਉਸਨੂੰ ਪੁੱਛਿਆ –
ਕੀ ਤੂੰ ਜਾਣੇ ਇਹ ਸਭ ਕਿਉਂ ਹੈ
ਇਹ ਖੇਲ ਤਮਾਸ਼ਾ?

ਵਾਲ਼ ਸਵਾਰਦੀ ਹਉਕਾ ਲੈਂਦਿਆਂ
ਉਹ ਆਹਿਸਤਾ ਬੋਲੀ –
ਪਤਾ ਨਹੀਂ...

ਉਹਦੀਆਂ ਮੁੰਨੀਆਂ ਕੱਛਾਂ ਵਿਚ ਦੀ ਹਿੱਕੜੀ ਛਲਕੀ

ਕਰਤਬ ਕਰਦੇ ਬੰਦੇ ਮਚਦੀ ਲਾਟ ਮੂੰਹ ਵਿਚ ਪਾ ਲਈ
ਤੇ ਸ਼ਾਪ ਢੋਲ ਦੀ ਹੋਰ ਵੀ ਉੱਚੀ ਹੋ ਗਈ

ਭੋਗਾਵਸਥਾ

ਉਹ ਸੇਜ ਮਾਣਦਿਆਂ ਆਖਣ ਲੱਗੀ –
ਤੂੰ ਮੇਰਾ ਚਾਨਣ...

ਮੈਂ ਭਰਿਆ ਹੁੰਗਾਰਾ –
ਤੂੰ ਮੇਰੀ ਸੂਰਜ
ਮੈਂ ਤੇਰਾ ਜਾਇਆ...

ਕੱਖ ਵਿਚ ਲੈ ਮੈਨੂੰ ਆਖਣ ਲੱਗੀ –
ਮੈਂ ਤੇਰੀ ਜਣਨੀ
ਮੈਂ ਜਣਿਆ ਤੈਨੂੰ ਲੱਖਾਂ ਵਾਰੀ।

ਮਾਂ ਨੀ, ਦਸ ਤਾਂ ਮੈਨੂੰ ਮਿਰਾ ਕੌਣ ਪਿਤਾ ਹੈ?

ਕੋਟ ਜਨਮ ਦੀ ਮਮਤਾ ਬੋਲੀ –
ਪਤਾ ਨਹੀਂ।
ਸ਼ਾਇਦ ਤੂੰ ਆਪੇ ਪੁਤਰ, ਆਪ ਪਿਤਾ ਹੈਂ
ਆਪ ਆਪੇ ਦਾ ਜਾਇਆ।

ਫਿਰ ਮੈਨੂੰ ਉਹ ਉਸ ਦੁਨੀਆ ਵਿਚ ਲੈ ਗਈ
ਜਿਥੇ ਕੁਝ ਵੀ ਨਹੀਂ ਹੈ
ਨਾ ਰਿਸ਼ਤਾ ਨਾ ਕਾਇਆ॥

I asked her: "Do you know what this all is about?"
Adjusting her hair, she sighed languidly and said: "I dunno."

Her breasts rose through her shaved armpits.
The fire eater put the flaming torch in his mouth
        the drum began to beat faster and faster.

Translated by Stephen Watts

WHO KNOWS

We were making love and she said –
"You are the light of my life."
I said: 'You are the sun my source."
Then she took me into her, saying
"A million times I have given birth to you."
"Mother," I asked. "Who is my father?"
"Perhaps you are your own father, self-begotten."
And so saying she took me into the void
Where no relations exist, where there is no body.

Translated by Stephen Watts

ਤੂੰ ਮੈਨੂੰ ਪਹਿਨ ਲੈ

ਤੂੰ ਮੈਨੂੰ ਪਹਿਨ ਲੈ
ਨੱਚਦਿਆਂ ਮੇਰਾ ਤੇਰੇ ਅੰਗ ਅੰਗ ਨਾਲ਼ ਖਹਿਣ ਨੂੰ ਜੀਅ ਕਰਦਾ ਹੈ
ਤੂੰ ਮੈਨੂੰ ਗਾਨੀ ਬਣਾ ਕੇ ਪਾ ਲੈ
ਮੈਂ ਤੇਰੀ ਸ਼ਾਹਰਗ ਦੇ ਨੇੜੇ-ਨੇੜੇ ਰਹਿਣਾ ਚਾਹੁੰਦਾ ਹਾਂ

ਤੂੰ ਮੈਨੂੰ ਇੰਜ ਪਹਿਨ ਲੈ -
ਜਿਵੇਂ ਰੂਹ ਪਿੰਡਾ ਪਹਿਨਦੀ ਹੈ
ਜਿਵੇਂ ਧੁਨੀਆਂ ਨੇ ਸ਼ਬਦ ਪਹਿਨੇ ਹੋਏ ਨੇ
ਜਿਵੇਂ ਬੀਅ ਛਿਲ ਪਹਿਨਦਾ ਹੈ
ਜਿਵੇਂ ਕਿਤਾਬ ਹੱਥਾਂ ਦੀ ਛੂਹ ਪਹਿਨਦੀ ਹੈ
ਜਿਵੇਂ ਸਮੁੰਦਰ ਨੇ ਆਕਾਸ਼ ਪਹਿਨਿਆ ਹੋਇਆ ਹੈ
ਜਿਵੇਂ ਕਾਇਨਾਤ ਰੱਬ ਦਾ ਲਿਬਾਸ ਹੈ
ਤੂੰ ਮੈਨੂੰ ਇੰਜ ਪਹਿਨ ਲੈ

***

ਤੇਰੇ ਹੱਥਾਂ ਵਿਚ ਕੀ ਬਰਕਤ
ਅੱਜ ਵੀ ਯਾਦਾਂ ਦੇ ਵਿਚ
ਤੇਰੇ ਛੁਹਿਆਂ ਮੈਂ ਹੋਇਆ ਹੋ ਜਾਵਾਂ।

ਮੈਂ ਨਿਤ ਚੜ੍ਹਦਾਂ ਉੱਚੀ ਘਾਟੀ
ਬਰਫ਼ਾਨੀ ਝੱਖੜ ਦੇ ਵਿਚ
ਨਾਲ਼ ਤੂੰ ਮੇਰੇ ਤੁਰਦੀ ਜਾਂਦੀ
ਸਾਹਵੇਂ ਰਸਤਾ ਤੇਰੀਆਂ ਅੱਖੀਆਂ ਤੋਂ ਮੇਰੀਆਂ ਨਜ਼ਰਾਂ ਤੀਕਣ
ਝਕਦਾ-ਝਕਦਾ ਠਰਿਆ ਹੱਥ ਮਿਰਾ
ਤੇਰੇ ਕੋਟ ਦੀ ਜੇਬ ਦੇ ਅੰਦਰ ਨਿਘ ਭਾਲ਼ਦਾ।
ਤੂੰ ਸੰਙਦੀ-ਸੰਙਦੀ ਅਪਣਾ ਹੱਥ ਮੇਰੇ ਹੱਥੋਂ ਪਰ੍ਹਾਂ ਹਟਾਵੇਂ
ਆਪਾਂ ਗੱਲਾਂ ਕਰਦੇ ਜਾਂਦੇ
ਪਰ ਧਿਆਨ ਦੋਹਵਾਂ ਦਾ ਹਾਲੇ ਵੀ ਉਸ ਜੇਬ ਦੇ ਅੰਦਰ
ਜਿਥੇ ਹੱਥ ਅਪਣੇ ਪਿਠ ਵਲ ਪਿਠ ਕਰਕੇ ਬੈਠੇ
ਇਕ ਦੂਜੇ ਨੂੰ ਲੋਚਣ ਤਰਸਣ।
ਫਿਰ ਪਤਾ ਨਈਂ ਕਿਸ ਨੇ ਪਹਿਲਾਂ ਪੈਹਲ ਕੀਤੀ

WEAR ME

Wear me
I want to rub against every part of your body
Make me your necklace
I want to be close to your jugular

Wear me
As the sound wears the word
As the seed wears the skin
As the book wears the touch of hands
As the sea wears the sky
As God wears worlds
Wear me

Tramslated by Amarjit Chandan

* * *

Such munificence is your touch
Even in memories I come out of nothingness

I'm walking up the hill in the snowstorm
You are with me
Our sight covers a vast expanse of landscape
My freezing reluctant hand finds warmth
                    in your coat pocket
You're embarrassed and your arm becomes stiff
We talk interminably
        but our thoughts are there in the pocket
Our hands sitting back to back
Then God knows who touched who first
Our fingertips felt a strange shock
Hands came out abruptly like scared birds
        bursting from a cage

ਪੋਟੇ ਦੇ ਨਾਲ਼ ਪੋਟਾ ਛੁਹਿਆ
ਦੋਹਵੇਂ ਹੱਥ ਇਕਦਮ ਬਾਹਰ ਨਿਕਲ਼ੇ
ਜਿਉਂ ਪਿੰਜਰੇ ਵਿੱਚੋਂ ਪੰਛੀ ਘਬਰਾ ਕੇ ਉੜ ਜਾਵਣ

ਆਪਾਂ ਚੜ੍ਹਦੇ ਜਾਈਏ ਉੱਚੀ ਘਾਟੀ
ਬਰਫ਼ਾਨੀ ਝੱਖੜ ਅੰਦਰ
ਆਪਾਂ ਗੱਲਾਂ ਕਰਦੇ ਜਾਂਦੇ
ਪਰ ਧਿਆਨ ਦੋਹਵਾਂ ਦਾ ਹਾਲੇ ਵੀ ਉਸ ਜੇਬ ਦੇ ਅੰਦਰ

ਤੇਰੇ ਹੱਥਾਂ ਵਿਚ ਕੀ ਬਰਕਤ
ਅੱਜ ਵੀ ਯਾਦਾਂ ਦੇ ਵਿਚ
ਤੇਰੇ ਛੁਹਿਆਂ ਮੈਂ ਹੋਇਆ ਹੋ ਜਾਵਾਂ।

* * *

ਕੋਈ ਕੁਛ ਨਈਂ ਭੁੱਲਦਾ
ਜੋ ਵੀ ਵਾਪਰਦਾ ਹੈ, ਉਹ ਸਦਾ ਵਾਸਤੇ ਹੋ ਜਾਂਦਾ ਹੈ –

ਲੋਹੇ ਵਿਚ ਢ਼ਲ਼ ਗਿਆ ਅੱਖਰ
ਕੁੱਜੇ ਵਿਚ ਬੰਦ ਕਰ ਲੀਤਾ ਸੱਪ
ਬੱਚਾ ਜੰਮ ਰਹੀ ਤੀਵੀਂ

ਸਭ ਕੁਝ ਵਰਤ ਰਿਹਾ ਹੈ –
ਤਿਰੀ ਆਵਾਜ਼ ਯਾਦ ਤੇ ਮੁਸਤਕਬਿਲ

ਵਰ੍ਹੇ ਬੀਤ ਜਾਵਣ ’ਤੇ
ਲੋਹੇ ਦੇ ਅੱਖਰਾਂ ਨੂੰ ਹਵਾ ਖੋਰਨ ਲਗਦੀ
ਯਾਦਾਂ ਦੀ ਛੁਹ ਨਾ’ ਅੱਖਰ ਘਸਦੇ ਜਾਂਦੇ
ਅੱਖਰ ਮਿਟ ਜਾਂਦੇ ਪਰ ਛੁਹ ਨਈਂ ਮਿਟਦੀ

ਅੱਖਾਂ ਮੁੰਦ ਮੈਂ ਸੋਚ ਰਿਹਾ ਹਾਂ –
ਨੰਗੇ ਪੈਰ ਤਿਰੇ ਘਸੀਆਂ ਹੋਈਆਂ ਪੌੜੀਆਂ ਚੜ੍ਹਦੇ
ਅਜਾਇਬਘਰ ਵਿਚ ਤੀਵੀਂ ਦੇ ਬੁੱਤ ਦੀ ਨੰਗੀ ਛਾਤੀ
ਜਿਸ ਉੱਤੇ ਸਾਰੀ ਦੁਨੀਆ ਦੇ ਮੁੰਡਿਆਂ ਦੀਆਂ ਉਂਗ਼ਲਾਂ

We are walking up the hill in the snowstorm
Our minds are still in the pocket
Such munificence is your touch
Even in memories I come out of nothingness

Translated by Stephen Watts

* * *

There's no forgetting
Whatever happens, becomes forever
    an alphabet cast in iron
    a snake trapped in a bowl
    a woman delivering her child

All is happening
Your voice, memory, the future
All keeps on happening
Years pass and
    the air keeps on eroding the letter cast in iron
    it wears out with the touch of memories
And the touch remains forever

I close my eyes and think of
    your bare feet climbing an old staircase
    the breast of a nude in a museum

ਦੇ ਨਿਸ਼ਾਨ ਲੱਗੇ ਹਨ
ਪੰਜਾਬੀ ਪੋਥੀ
ਜਿਸ ਤੋਂ ਤੇਰੇ ਪਿੰਡੇ, ਪਾਣੀ ਤੇ ਸਾਹਵਾਂ ਦੀ ਖ਼ੁਸ਼ਬੂ ਆਵੇ
ਤੂੰ ਮੇਰੀ ਧੀ ਨੂੰ ਦੁਧ ਚੁੰਘਾਵੇਂ

ਅੱਖਾਂ ਮੁੰਦ ਮੈਂ ਸੋਚ ਰਿਹਾ ਹਾਂ
ਕੋਈ ਭਲਾ ਕਿਵੇਂ ਭੁਲ ਜਾਂਦਾ ਹੈ
ਜੋ ਕੁਝ ਵੀ ਵਾਪਰਦਾ ਹੈ ਉਸਦੇ ਨਾਲ਼

(ਮੂਲ਼ ਅੰਗਰੇਜ਼ੀ ਵਿਚ)

* * *

ਤਿਰੇ ਸਿਰ 'ਤੇ ਲੋਅ ਲਟਕੰਦੜੀ
ਪੈਂਦੀ ਛਾਂ ਤੇਰੀਆਂ ਪਲਕਾਂ ਦੀ ਤੇਰੀ ਗੱਲ੍ਹ ਦੇ ਉੱਤੇ

ਚੁੰਮੇ ਤੈਨੂੰ ਜਦ ਵੀ ਤੇਰੀ ਅੱਖ ਝਮਕਦੀ

ਨਿੱਕੜਾ ਜਿੰਨਾ ਪੰਛੀ ਖੰਭ ਫੁਲਾਏ ਹਵਾ ਤੋਂ ਹੌਲ਼ੇ
ਛਾਂ ਦੇ ਕੰਢੇ ਕੂਲ਼ੇ ਕੂਲ਼ੇ ਹੁੰਦੇ ਜਾਂਦੇ

ਸਾਹ ਭਰ ਕੇ ਤੂੰ ਅੱਖੀਆਂ ਮੁੰਦੇ
ਸੋਚਣ ਲੱਗੇਂ ਛਾਂ ਕਿੱਥੋਂ ਆਈ
ਕਿਸ ਨੇ ਇਸਨੂੰ ਜਾਇਆ

ਤਿਰੇ ਸਿਰ 'ਤੇ ਲੋਅ ਲਟਕੰਦੜੀ

on which all the boys of the world have
              left traces of their fingers
an old book printed in Punjabi
              smelling of water, your body and your mouth
you breast feeding my daughter

How can one forget
What happens

      (Originally written in English)

      * * *

the hanging light
              casts
                      the shadow
                      of your eyelashes
                      on your cheeks

it caresses itself when it moves

a tiny bird ruffles its weightless wings
the edges of the shadow become softer

you take a long breath &
              close your eyes
imagining the source of shadows

Translated by John Welch

ਸਟਿੱਲ ਲਾਈਫ਼

ਸ਼ੀਸ਼ੇ ਦੀ ਚੰਗੇਰ ਚ ਪਏ ਹਨ
ਸੰਤਰੇ ਕੇਲੇ ਤੇ ਅਮਰੂਦ
ਸੂਰਜ ਢਲਣ ਦੀ ਲੋਏ
ਨਾਲ਼ ਪਈ ਹੈ ਲਾਡੋ ਬੱਚੀ ਦੀ ਤਸਵੀਰ
ਹਵਾ ਚ ਲਟਕੇ
ਉਹਦੇ ਸਾਹਵਾਂ
ਸੁਰਾ ਤੇ ਅਮਰੂਦਾਂ ਦੀ ਖ਼ੁਸ਼ਬੂ
ਮੁਸ਼ਕਾਵੇ ਯਾਦਾਂ

ਇਕ ਹੋਰ ਦੁਨੀਆ ਦੀ ਤਲਾਸ਼

ਪੱਤਝੜ ਰੁੱਤੇ ਸੰਝ ਪਈ 'ਤੇ
ਹੱਥਾਂ ਵਿਚ ਹੱਥ ਲਈ
ਤੁਰਦੇ ਜਾਂਦੇ ਚੁੱਪ-ਚੁਪੀਤੇ ਰਾਹਵਾਂ ਉੱਤੇ
ਲਭਦੇ ਰੈਣ ਬਸੇਰਾ ਵਿਚ ਸ਼ਹਿਰ-ਏ-ਲੰਦਨ

ਵਸਦੇ ਅੰਦਰੀਂ ਕੋਈ ਪਰਦਾ ਨ ਸੀ ਤਣਿਆ
ਜਗਮਗ ਕਰਸਣ ਬੱਤੀਆਂ ਲਿਪਟਣ ਸਾਇਆਬਾਨੀ
ਦਿਸਣ ਕਿਤਾਬਾਂ ਚਿਣੀਆਂ ਛੱਤਾਂ ਤੀਕਣ ਉੱਚੀਆਂ
ਛਾਂਗੇ ਰੁੱਖਾਂ ਦੀ ਗੰਧ ਲਟਕ ਰਹੀ ਸੀ ਹਵਾ ਦੇ ਅੰਦਰ
ਇੰਜ ਲਗਦਾ ਸੀ ਜਿਉਂ ਫ਼ੋਟੋ ਖਿੱਚੀ ਚਿੱਟੇ ਕਾਲ਼ੇ ਰੰਗ ਦੀ
ਭਾਅ ਗੁਲਾਬੀ ਉੱਤੇ

ਅਪਣੇ ਪੈਰਾਂ ਹੇਠਾਂ ਕੰਬਦਾ ਪੁਲ਼ ਸੀ
ਉਸ ਦੇ ਥੱਲੇ ਗੱਡੀ ਪਹੀਏ ਨੱਸਦੇ ਜਾਂਦੇ ਖੜਕੇ ਅੱਗੇ
ਅੱਖ ਪਲਕਾਰੇ ਯਕਦਮ ਓਝਲ਼ ਹੋ ਗਈ ਗੱਡੀ
ਤਪਦੀ ਪਟੜੀ ਠੰਢੀ ਹੋ ਉਡੀਕਣ ਲੱਗੀ ਅਗਲੀ ਗੱਡੀ

STILL LIFE

A glass bowl full of
      oranges   bananas
           and guavas
A sweet little girl looks from the photograph
The light of the setting sun blesses the offering
In the air hangs the fragrance of
      her breathing   words   and   fruit

Translated by John Welch

SEARCHING FOR ANOTHER WORLD

we walk the quiet streets hand in hand
      in search of a room to let
lights hang covered with Japanese shades
behind the curtainless windows
tall bookcases stand by walls
      partially visible behind the smell of stumps
         of freshly lopped trees
in an autumn evening
a black & white photograph is exposed
      on the magenta background
      or is it the melt of dark silver

we pass over the bridge
under our feet it vibrates with the roar
      of a speeding train following its wheels
it disappears in a scratch far from our eyes
i imagine the rails cooling down
         waiting for another train

ਸਾਡੀ ਚਿੰਤਾ ਚਹੁੰ ਕੰਧਾਂ ਦਾ ਵਲ਼ ਸੀ
ਜਿਸਦੇ ਅੰਦਰ ਵਸਦੀ ਤੇਰੀ ਮੇਰੀ ਦੁਨੀਆ ਇਸ ਦੁਨੀਆ ਦੇ ਅੰਦਰ

(ਮੂਲ਼ ਅੰਗਰੇਜ਼ੀ ਵਿਚ)

ਇਹ ਪਲ

ਇਸ ਪਲ ਜੋ ਮੰਗਿਆ ਸੋ ਪਾਇਆ
ਇਸ ਪਲ ਖ਼ਾਤਿਰ ਕਿੰਨਾ ਕੁਝ ਕੁਰਬਾਨ ਹੋਇਆ ਹੈ

ਇਸ ਪਲ ਖ਼ਾਤਿਰ ਕਈ ਫੁੱਲ ਖਿੜੇ
ਪੈਗ਼ੰਬਰ ਮੋਏ ਝੱਖੜ ਝੁੱਲੇ
ਦਿਨ ਡੁੱਬੇ ਰਾਤਾਂ ਪਈਆਂ

ਖਾਧੀ ਕਾਠ ਕੀ ਰੋਟੀ ਪੀਤਾ ਠੰਢਾ ਪਾਣੀ
ਦੰਮਾਂ ਦਾ ਲੋਭੀ ਘਰ ਦਾ ਮੋਹ ਛੱਡ ਤੁਰਿਆ ਅੱਖਾਂ ਭਰਦਾ

ਹੁਣ ਦਾ ਪਲ ਤਾਂ ਭੰਗਰ ਜਾਣਾ
ਇਹ ਬੱਚਾ ਜਣਦੀ ਦੇ ਮੱਥੇ 'ਤੇ ਆਇਆ ਪਰਸੀਨਾ ਹੈ
ਹਿਕ ਵਿਚ ਉਤਰੇ ਦੁੱਧ ਦੀ ਬੂੰਦ ਹੈ ਪਹਿਲੀ
ਇਸ ਪਲ ਕਲਗੀਧਰ ਨੇ ਪੁੱਤ ਚੁੰਮਿਆ ਹੈ ਵਿਛੜਨ ਲੱਗਿਆਂ

ਇਸ ਪਲ ਕਿਸੇ ਵੇਲੇ ਵੀ
ਟੈਲੀਫ਼ੋਨ ਦੀ ਘੰਟੀ ਵੱਜਣੀ

ਹੁਣ ਦੇ ਇਸ ਪਲ ਖ਼ਾਤਿਰ ਕਿੰਨਾ ਕੁਝ ਕੁਰਬਾਨ ਹੋਇਆ ਹੈ

and we both imagine four walls
what you call another world within this world
kept folded in laundry bags for the time being

(Originally written in English)

THIS MOMENT

This moment you got what you wished
For this moment so much was sacrificed

So many flowers blossomed for this moment
Prophets died   hurricanes came
Days went down   nights fell
Some one left his home with moist eyes

This moment is to unbecome
This moment is the sweat on the forehead
        of a woman giving birth
This is the first drop of milk in her breasts

Any moment the phone will ring
For this moment so much was sacrificed

Translated by John Welch

ਦੁੱਖ ਦੀ ਆਵਾਜ਼

ਉਹ ਗਾਉਂਦੀ ਹੈ
ਦੁੱਖ ਦੀ ਆਵਾਜ਼ ਵਹਿ ਰਹੀ ਹੈ
ਪਾਰੇ ਦੀ ਨਦੀ ਵਹਿੰਦੀ ਹੈ

ਪਰਿੰਦੇ ਬਹਿੰਦੇ ਨਹੀਂ ਕਿਤੇ ਵੀ
ਰੁੱਖਾਂ ਦੀ ਛਾਂ ਚਿੱਟੀ ਹੈ

ਇਹ ਮੇਰੀ ਆਵਾਜ਼ ਹੈ
ਮੇਰੇ ਪਿਉ ਦੇ ਪਿਉ ਦੇ ਪਿਉ ਦੀ ਆਵਾਜ਼
ਇਹ ਕੱਲੇਕਾਰੇ ਬੰਦੇ ਦਾ ਹਾਸਾ ਹੈ
ਇਹ ਆਵਾਜ਼ ਉਸ ਬੰਦੇ ਦੀ ਛਾਂ ਹੈ

ਇਹ

ਇਹ ਪਿਆਸ ਨਹੀਂ
ਇਹ ਭੁੱਖ ਨਹੀਂ
ਇਹ ਉਹ ਹੈ
ਜਿਸਨੂੰ ਮਿਲਣੇ ਨੂੰ ਪੈਂਦੀ ਖੋਹ ਹੈ

ਇਹ ਵਸਲ ਨਹੀਂ
ਇਹ ਹਿਜਰ ਨਹੀਂ
ਇਹ ਤਾਂ ਫ਼ਿਕਰ ਫ਼ਨਾ ਹੈ

ਇਹ ਖ਼ਿਆਲ ਨਹੀਂ
ਤਸਵੀਰ ਨਹੀਂ
ਇਹ ਤਾਂ ਸੁੰਨਮ-ਸਾਂ ਹੈ

ਇਹ ਦਿਨ ਨਹੀਂ
ਇਹ ਰਾਤ ਨਹੀਂ
ਇਸ ਲੋਅ ਵਿਚ ਨਾ ਕੋਈ ਛਾਂ ਹੈ

SHE SINGS

she sings –
in her voice
a river of pain
a river of mercury flows   contained

birds don't perch anywhere
trees' shadows are white

this is my voice
my father's father's father sings
it's the laughter of a lonely man
this voice is his shadow
                a white shadow

Translated by John Welch

THIS

This is not thirst
This is not hunger either
This is the longing to be with you

This is not union
This is not separation
This is where no relation exists

This is not an idea
This is not a blue print either
This is nothingness

This is not day
This is not night
There is no shadow in this light

ਇਹ ਨਾ ਤੂੰ ਏਂ
ਨਾ ਮੈਂ ਹਾਂ
ਇਹ ਕੋਈ ਹਸਤੀ
ਜਿਸਦਾ ਨਾ ਕੋਈ ਨਾਂ ਹੈ

24 ਅਕਤੂਬਰ 2003

ਅੱਜ ਦਾ ਦਿਨ ਵੀ ਕੈਸਾ ਦਿਨ ਸੀ

ਚਲਦੀ ਗੱਡੀ ਮੈਂ ਉੱਠ ਕੇ ਖੜ੍ਹਿਆ ਗਰਭਵਤੀ ਦੇ ਬੈਠਣ ਖ਼ਾਤਿਰ
ਮਨ ਵਿਚ ਧਾਰੇ ਪੁਤ ਪੋਤਰੇ ਜੰਮਣ ਵਾਲ਼ੀਆਂ ਕੁੜੀਆਂ
ਸੋਚ ਸੋਚ ਕੇ ਸੁੱਖ ਮਿਲ਼ਦਾ ਸੀ

ਨਾਨਕ ਰਸਤੇ ਰਿਜ਼ਕ ਕਮਾਵਣ ਜਾਂਦੇ ਰਸਤਾ ਛੱਡ ਕੇ ਲੰਘਿਆ
ਸੜਕ 'ਤੇ ਪਿਆਸ ਬੁਝਾਉਂਦਾ ਕਿਤੇ ਕਬੂਤਰ ਡਰ ਕੇ ਉਡ ਨਾ ਜਾਵੇ
ਸੋਚ ਸੋਚ ਕੇ ਸੁੱਖ ਮਿਲ਼ਿਆ ਸੀ

ਦਫ਼ਤਰ ਡਿਓੜ੍ਹੀ ਪਿਆ ਅਪਣਾ ਦਸਤਾਨਾ ਦਿਸਿਆ
ਮੈਂ ਨ ਜਾਣਾ ਗੁੰਮ ਗਿਆ ਹੈ
ਕਿੰਨਾ ਚੰਗਾ ਹੁੰਦਾ ਦੋਸਤ ਵੀ ਦਸਤਾਨੇ ਹੁੰਦੇ
ਇਹ ਸੋਚ ਸੋਚ ਕੇ ਦੁੱਖ ਲੱਗਿਆ ਸੀ

ਅੱਜ ਦੁਪਹਿਰੇ ਸ਼ਾਇਰ ਮਿਲ਼ਿਆ ਰੋਟੀ ਖਾਧੀ
ਕਹਿੰਦਾ: ਪੁਤ ਦਾ ਰਿਸ਼ਤਾ ਮਾਂ ਦੇ ਜੰਮਣ ਤਕ ਜਾ ਰਲ਼ਦਾ ਹੈ
ਕਹਿੰਦਾ: ਨਾੜੂ ਬੰਦੇ ਦੀ ਜੜ੍ਹ ਹੁੰਦੀ ਹੈ
ਉਹ ਤਾਂ ਭਾਗਾਂ ਵਾਲ਼ਾ ਸਮਝੋ
ਜੋ ਜਾਣਦਾ ਕਿਥੇ ਉਸਦਾ ਨਾੜੂ ਦੱਬਿਆ

This is not you
This is not I
This is being
         without any name

Translated by John Welch

24 OCTOBER 2003

What an engaging day.

I gave up my seat to a pregnant girl in the tube
Thinking of my sons' girlfriends and their kids.

I felt good.

Walking to work in the City
I stepped aside to let a pigeon slake its thirst
         in the puddle on the street.

I felt good.

I found my glove lying in the doorway waiting for me.
I didn't know it was lost.
I wished friends were like the gloves.

I sighed.

I lunched with a poet,
         (the one who wrote that poem *Not yet my Mother* the real thing).
We talked about our umbilical cords –
Lucky are those who know where their cords are buried.
We were clearly already friends before we met.

ਛੁੱਟੀ ਮਗਰੋਂ ਘਰ ਦੇ ਰਸਤੇ
ਵਿਚ ਗੱਡੀ ਦੇ ਕੋਟ ਬਟਨ ਦਾ ਡਿਗਿਆ ਦਿਸਿਆ
ਚੁੱਕ ਕੇ ਡਿੱਠਾ ਧਾਗੇ ਲਟਕਣ ਜਿਉਂ ਗੋਂਗਲੂ ਧਰਤੀ ਵਿੱਚੋਂ ਪੁੱਟਿਆ

ਸਾਹਵੇਂ ਬੈਠਾ ਰਮਤਾ ਸੱਖਣੀ ਤੱਕਣੀ
ਹੱਸਣ ਲੱਗਾ ਜਦ ਮੈਂ ਨੇ ਸੋਚਾ- ਗੁੰਮ ਸ਼ੈਆਂ ਦੇ ਦਫ਼ਤਰ ਜਾ ਕੇ ਦੇਵਾਂ
ਕਿੰਨੀ ਕਮਲ਼ੀ ਗੱਲ ਸੋਚੀ ਸੀ
ਇਹ ਜਾਣ ਕੇ ਹਾਂਜ ਆਈ ਸੀ

ਅੱਜ ਦਾ ਦਿਨ ਦਿਨਾਂ ਦਾ ਦਿਨ ਸੀ
ਜੰਮਣ ਦਿਨ ਸੀ ਨੌਰੋਜ਼ ਪੁਤਰ ਦਾ

(ਮੂਲ਼ ਅੰਗਰੇਜ਼ੀ ਵਿਚ)

ਨਾਂ

ਇਕ ਨਾਂ ਚ ਕਿੰਨੇ ਨਾਂ ਲੁਕੇ ਹੋਏ ਨੇ
ਕੁਲ ਪੁਰਖਿਆਂ ਦੇ   ਮਾਵਾਂ ਦੇ ਨਾਂ
ਸੱਚੀ ਦਰਗਾਹ ਚ ਜਿਨ੍ਹਾਂ ਨਾਵਾਂ ਦੀ ਸੱਦ ਪੈਂਦੀ ਹੈ
ਉਨ੍ਹਾਂ ਥਾਵਾਂ ਦੀ   ਜਿਨ੍ਹਾਂ ਨੂੰ ਉਨ੍ਹਾਂ ਭਾਗ ਲਾਏ

ਨਾਂ ਨਾਵਾਂ ਚ ਪਲ਼ਚੇ ਹੋਏ ਨੇ
ਹੱਥ ਹੱਥਾਂ ਵਿਚ   ਪਿੰਡੇ ਪਿੰਡਿਆਂ ਵਿਚ
ਆਵਾਜ਼ ਬੋਲਾਂ ਵਿਚ
          ਬੋਲ ਸ਼ਬਦਾਂ ਵਿਚ
ਤੇ ਸ਼ਬਦ ਚੁੱਪ ਅਰਥਾਂ ਚ ਸਮਾਏ ਹੋਏ ਨੇ

ਰੰਗ ਲੋਅ ਵਿਚ
ਰੰਗ ਰੰਗਾਂ ਵਿਚ

On my way back home
I saw a coat button lying on the tube floor.
I picked it up and felt its
Broken threads hanging from its hook –
        like the roots of an onion separated from the earth.

A tramp sitting opposite me gave me a blank look
and grinned when I thought of reporting the button to Lost Property.
It was indeed a silly idea.

I felt sorry.

What a day it was   out of the ordinary.

It was the twenty-first birthday of my son.

(Originally written in English)

NAMES

So many names are hidden in a name
Ancestors'   my mother's
in whose name I'll be called on the Day of Judgement
& the names of places where forefathers lived

Names are intertwined in names
Hands in hands   bodies in bodies
Voice in the sound   sound in the vocals
& words in the silent meanings

Colour hides in the light
Colours within colours

ਲੋਅ ਸੂਰਜ ਵਿਚ
ਸੂਰਜ ਅੱਖੀਆਂ ਚ ਸਮਾਇਆ ਹੋਇਆ ਹੈ

ਨਾਵਾਂ ਨੂੰ ਨਾਵਾਂ ਦਾ ਆਸਰਾ ਹੈ
ਰਖਨੇ ਚ ਪਈਆਂ ਕਿਤਾਬਾਂ ਨੂੰ ਜਿਉਂ
ਭਾਂਡਿਆਂ ਨੂੰ

ਸੰਦੂਕ ਚ ਤਹਿ ਲਾ ਕੇ ਰੱਖੇ ਲੀੜੇ
ਤੇ ਲੀੜਿਆਂ ਚ ਸਾਂਭ ਕੇ ਰੱਖੀ ਭੁੱਲਾ ਛੱਡੀ ਕੋਈ ਸ਼ੈਅ ਪਈ ਹੈ

ਨਾਂ ਨਾਵਾਂ ਚ ਪਏ ਹਨ
ਛੰਨੇ ਚ ਦੁੱਧ
ਬੁਕ ਵਿਚ ਅਟਕਿਆ ਵਗਦਾ ਪਾਣੀ
ਤੇ ਕੁੱਖ ਵਿਚ ਬੀਜ
ਇਟ ਇਟ 'ਤੇ ਰਖੀ ਕੇ ਘਰ ਬਣਦੀ ਹੈ
ਤੀਲੇ ਨਾਲ਼ ਤੀਲਾ ਆਲ੍ਹਣੇ ਨਾਲ਼ ਆਲ੍ਹਣਾ
ਟਾਹਣੀ ਨਾਲ਼ ਟਾਹਣੀ ਪੱਤੇ ਨਾਲ਼ ਪੱਤਾ
ਰੁੱਖ ਨਾਲ਼ ਰੁੱਖ ਜੜ੍ਹ ਨਾਲ਼ ਜੜ੍ਹ ਬੀਅ ਨਾਲ਼ ਬੀਅ
ਫੁੱਲ ਨਾਲ਼ ਫੁੱਲ ਝਿੜੀ ਨਾਲ਼ ਝਿੜੀ

ਸਭ ਤੋਂ ਪਹਿਲਾ ਨਾਂ ਕੋਈ ਸੋਚ ਰਿਹਾ ਹੈ ਜਿਹੜਾ ਜਾਲੇ ਰੱਖਿਆ ਨਹੀਂ ਉਸ

ਨਾਂ ਨਾਵਾਂ ਚ ਗੁੰਦੇ ਹੋਏ ਹਨ
ਜਿਵੇਂ ਵਾਲ਼ ਵਾਲ਼ਾਂ ਚ
ਗੁੱਤਾਂ ਪਰਾਂਦੀਆਂ ਵਿਚ

ਬੂੰਦ ਸਮੁੰਦਰ
ਲਹਿਰ ਵਿਚ ਲਹਿਰ ਨਦੀ ਕਣੀ ਵਿਚ
ਅੱਥਰੂ ਅੱਖ ਵਿਚ ਅਟਕਿਆ ਹੋਇਆ ਹੈ

ਨਾਂ ਨਾਵਾਂ ਨਾਲ਼ ਜੁੜ ਕੇ ਇਕ ਹੋ ਗਏ ਹਨ
ਜਿਵੇਂ ਦਿਨ ਦਿਨਾਂ ਨਾਲ਼
ਰੁੱਤਾਂ
ਜੁਗ
ਹੁਣਖਿਣ
ਕਾਗਜ਼
ਤੇ ਕਾਗ਼ਜ਼ 'ਤੇ ਲਿਖਦਾ ਹੱਥ

The light in the sun
& the sun shining in the eyes

Names lean on the names
Books   utensils
            on the shelf
Clothes kept in a chest
            with a thing kept safe
            & long forgotten

Names lie in names
Milk in a *chhanna* bowl
Water from the flowing stream
            in the cup of hands
& the seed in the womb

Home is built brick by brick
Straw by straw   nest by nest
Branch by branch root by root
            seed by seed
Flower by flower   fruit by fruit

What was the first ever name given
Names are woven in names
Hair in hair
Plaits in plaits   braids in ribbons

The sea holds a drop
                    A wave in another wave
                        A tear held in the eye
All are synonyms
Days   Seasons   Centuries
            the present moment
Paper   & the hand writing on it

Translated by Amarjit Chandan

67

ਓਦੋਂ

ਓਦੋਂ ਕੋਈ ਅੰਬ ਨਹੀਂ ਸੀ ਵੇਚਦਾ
ਅੰਬ ਵੇਚਣਾ ਘੋਰ ਪਾਪ ਸੀ
ਓਦੋਂ ਫਲ ਸਾਰਿਆਂ ਦਾ ਸਾਂਝਾ ਸੀ
ਅੰਬ ਲਾਵਣਾ ਅੰਬ ਪਾਲਣਾ ਤੇ ਖਾਵਣਾ ਪੁੰਨ ਸੀ
ਓਦੋਂ ਅੰਬ ਬੜਾ ਮਿੱਠਾ ਸੀ
ਚਾਅ ਚੜ੍ਹ ਜਾਂਦਾ ਸੀ ਗੁਠਲੀ ਨੂੰ ਜੰਮ ਕੇ
ਰੁੱਖ ਫ਼ਲ ਜਣ ਕੇ
ਬੂਰ ਦੀ ਸੁਗੰਧ ਹਵਾ ਗਦਰਾਂਵਦੀ
ਮੋਰ ਰੋਂਦੇ ਰੋਂਦੇ ਨੱਚਦੇ ਫਿਰ ਹੱਸਦੇ

ਓਦੋਂ ਅੰਬ ਦੇ ਕਈ ਨਾਂ ਹੋਂਵਦੇ
ਅੰਬਰਸੀਏ ਨਾ' ਸਿਰ ਢਕ ਕੇ ਸੁਆਣੀਆਂ
ਧਿਆਉਂਦੀਆਂ ਅੰਬਾਂ ਵਾਲ਼ਾ ਦੇਵਤਾ
ਨਿਮਸ਼ਕਾਰ ਕਰਦੀਆਂ ਭਰਦੀਆਂ ਝੋਲ਼ੀਆਂ
ਮਿੱਠੇ ਮਿੱਠੇ ਅੰਬਾਂ ਨਾਲ਼
ਜਣਾ ਚੂਪਦਾ ਸੀ ਅੰਬ ਅੱਖਾਂ ਮੁੰਦ ਕੇ
ਊਂ ਊਂ ਕਰਦਾ ਭੋਗ ਲਾਂਵਦਾ
ਬੁੱਲ੍ਹ ਜਣੀ ਦੇ ਮਿੱਠੇ ਹੋਂਦੇ ਜਾਂਦੇ ਸਨ
ਆਪ ਆਪੇ

ਓਦੋਂ ਅੰਬ ਹੋਰ ਸੀ

ਸ਼ੈਰਨ ਫਲ

ਕਿੰਨਾ ਮਿੱਠਾ ਸ਼ੈਰਨ ਫਲ
ਦੇਖਣ ਨੂੰ ਸੰਤਰਾ ਲਗਦਾ
ਜਾਂ ਫਿਰ ਨਿਰਾ ਟਮਾਟਰ
ਸਿਰ ਉੱਤੇ ਪੱਤੀਆਂ ਸੋਹਵਣ
ਜਿਉਂ ਨਿੱਕੀ ਬੱਚੀ ਵਾਲ਼ ਸੰਵਾਰੇ
ਤੇ ਵਿਚ ਟੁੰਗਿਆ ਹਰੇ ਰੰਗ ਦਾ ਫੁੱਲ

ਵੇਚਣ ਵਾਲ਼ਾ ਕਹਿੰਦਾ –
ਸ਼ੈਰਨ ਫਲ ਏਦਾਂ ਖਾਣਾ ਜਿਉਂ ਸਿਉਂ ਖਾਈਦਾ
ਚਾਹਵੋ ਤਾਂ ਛਿੱਲ ਸਣੇ ਵੀ ਖਾ ਸਕਦੇ ਓ

THEN

Mangoes were not sold then.
It was sin to sell mangoes.
They belonged to every one.
It was virtuous
to sow and to eat the fruit.

The mango used to be sweeter.
Its stone felt honoured to bear the tree and the fruit
The air laden with its aroused smell.
Peacocks used to dance laughing and moaning.
It had many names.
Girls worshipped the god of mangoes with their heads
covered with ambrose scarves.

Man sucked it with closed eyes saying sweet.
Seeing him woman's lips became sweeter.

So it was.

Translated by Julia Casterton

THE SHARON FRUIT

How sweet the Sharon fruit is.

It looks like an orange or maybe a tomato
Adorned with green top –
ribbons in the plaits of a little girl.

The fruit vendor says – you can eat it as you eat the apple
You can eat it with its skin, if you like.

ਅੰਦਰੋਂ ਇਹ ਨਾ ਸੰਤਰਾ ਲੱਗੇ
ਤੇ ਨਾ ਹੀ ਕੋਈ ਟਮਾਟਰ
ਅੰਦਰੋਂ ਇਹ ਅਪਣੇ ਵਰਗਾ ਲਗਦਾ
ਰੰਗ ਏਸ ਦਾ ਜੋ ਬਾਹਰੋਂ ਸੋ ਅੰਦਰੋਂ
ਲਾਲ-ਪੀਲ਼ਾ ਸੰਧੂਰੀ
ਸੁੰਘਣੇ ਨੂੰ ਵੀਰਜ ਵਰਗਾ

ਰੱਖਣ ਵਾਲ਼ੇ ਨਾਮ ਏਸਦਾ ਕਿਸੇ ਕੁੜੀ 'ਤੇ ਰੱਖਿਆ
ਧੀ ਸੀ ਜਾਂ ਦੋਹਤੀ ਜਾਂ ਪੋਤੀ
ਘਰਵਾਲ਼ੀ ਜਾਂ ਜਣਦੀ ਮਾਂ
ਜਾਂ ਉਸ ਓਹਲੇ ਦਾ ਰੱਖਿਆ ਨਾਂ ਅਪਣੀ ਮਾਸ਼ੂਕਾ ਦਾ
ਜੋ ਉਸਨੂੰ ਏਨਾ ਮਿੱਠਾ ਲਗਦਾ ਸੀ

ਏਸ ਫਲ ਦਾ ਨਾਂ ਸ਼ੈਰਨ ਨਾ ਵੀ ਹੁੰਦਾ
ਤਾਂ ਵੀ ਇਹ ਏਨਾ ਈ ਮਿੱਠਾ ਹੋਣਾ ਸੀ

ਪਤੰਗ

ਉੜ ਰਿਹਾ ਪਤੰਗ
ਨਾਲ਼ ਨਾਲ਼ ਉੜਦਾ ਉਡਾਰ ਏਸਦਾ

ਮੁੰਡੇ ਦੀ ਫੜੀ ਉਂਗਲ਼ੀ ਪਤੰਗ ਨੇ

ਉੜ ਰਹੀ ਤੀਸਰੀ ਅੱਖ ਉਡਾਰ ਦੀ

ਪੰਛੀ ਦਾ ਚਿੱਤ ਲੱਗਾ ਬੱਦਲ਼ਾਂ ਦੀ ਛਾਂ ਵਿਚ
ਦਿਲ ਉਹਦਾ ਧੜਕਦਾ ਬਾਲਕ ਦੇ ਦਿਲ ਵਿਚ

ਧੁੱਪ ਕਰਦੀ ਸਵਾਰੀ ਕੈਸੇ ਜਹਾਜ਼ ਦੀ

From inside
It doesn't look like an orange or a tomato
It looks like itself
It is the same colour inside
Red-yellow   vermilion
It smells like semen.

Somebody gave it a female name
Was it his daughter or a grand daughter
Was it his wife or mother
          or was it a pseudonym for his lover.

Even if it had not been named as Sharon
It would have tasted the same.

Translated by Julia Casterton

THE KITE

The kite flies
And with it flies the flier.

The kite holds the finger of the boy.

The bird enjoys the shadow of the clouds
Its heart and the boy's beat in unison.

What a flying machine for sunlight to ride on.

ਖੰਭ ਲੱਗੇ ਰੰਗਾਂ ਨੂੰ
ਉੜਦੇ ਰੰਗ ਵੀ ਹਰਾਨ ਹਨ

ਕਿੰਨਾ ਉੱਚਾ ਪਹੁੰਚਿਆ ਹੱਥ ਬਾਲਕ ਨਾਥ ਦਾ

ਨਛੱਤਰ ਨਵਾਂ ਕਰ ਰਿਹਾ ਪਰਿਕਰਮਾ ਪ੍ਰਿਥਵੀ ਦੀ
ਕਰਦਾ ਪ੍ਰਣਾਮ ਨਾਦਾਨ ਇਨਸਾਨ ਨੂੰ

ਨਦੀ ਕੰਢੇ

ਪੱਥਰ ਨੂੰ ਪਾਣੀ
ਪਾਣੀ ਨੂੰ ਸੂਰਜ ਧੋਂਦਾ ਸੀ
ਖੜ੍ਹਾ ਨਦੀ ਕਿਨਾਰੇ ਰੁੱਖੜਾ ਸੋਂਹਦਾ ਸੀ

ਸੁੱਟਿਆ ਬੱਚੇ ਗੀਟਾ
ਲੱਥਾ   ਟੱਪਿਆ ਲਹਿਰਾਂ ਉੱਤੇ
ਫਿਰ ਪਾਣੀ ਵਿਚ ਛਿਪ ਗਇਆ

ਉੜਦਾ ਪੰਛੀ
ਇਹ ਸਭ ਦੇਖ ਕੇ ਲੱਥਾ ਪਾਣੀ ਉੱਤੇ
ਨਦੀ ਦੀ ਚੁੰਮੀ ਲੈ ਕੇ
ਦੂਰ ਉਡਾਰੀ ਮਾਰ ਗਿਆ   ਨਜ਼ਰਾਂ ਓਹਲੇ

ਪੱਥਰ ਨੂੰ ਪਾਣੀ
ਪਾਣੀ ਨੂੰ ਸੂਰਜ ਧੋਂਦਾ ਸੀ
ਖੜ੍ਹਾ ਨਦੀ ਕਿਨਾਰੇ ਰੁੱਖੜਾ ਸੋਂਹਦਾ ਸੀ

Colours have taken wing.

It is a long arm stretched towards the heavens.

A new planet orbits the earth
Saluting the man-child.

Translated by Julia Casterton

AT THE RIVERBANK

The stone was washed by water
the water by the sun.
The tree on the riverbank
stood in silence.

A child skimmed a pebble over the water
it skipped on and on
then disappeared.

A bird in flight descended
to check the skipping pebble,
it kissed the water, resumed its flight.

Translated by Ajmer Rode & John Welch

ਝਰਨਾ

ਆਖ਼ਿਰ ਹਾਰ ਕੇ ਪੱਥਰਾਂ ਨੇ ਪਾਣੀ ਨੂੰ ਰਸਤਾ ਦਿੱਤਾ।

ਕੌਣ ਸੀ ਪਹਿਲਾਂ –
ਜਾਂ ਪੱਥਰ ਜਾਂ ਪਾਣੀ
ਪੱਥਰ ਪਾੜ ਕੇ ਉੱਗਾ ਰੁੱਖੜਾ ਜਾਂ ਫਿਰ ਉਸਦਾ ਬੀਅ?

ਪਾਣੀ ਗਿੱਲਾ ਕਿਉਂ ਹੁੰਦਾ ਹੈ?
ਕਦ ਤਕ ਇਸਨੇ ਵਹਿੰਦੇ ਰਹਿਣਾ?
ਕੁੜੀਆਂ ਮੁੰਡੇ ਝਰਨੇ ਵਿਚ ਨਹਾਂਦੇ
ਕਿੱਲਕਾਰੀਆਂ ਚੁਭੀਆਂ ਮਾਰਨ
ਸਿਰਾਂ 'ਤੇ ਡਿਗਦਾ ਪਾਣੀ ਪਿਆਰ ਕਰੇਂਦਾ ਆਖੇ –
ਜੀਉਂਦੇ ਰਹੋ, ਜਵਾਨੀਆਂ ਮਾਣੋ...

ਨਵਯੁਵਕਾਂ ਸਵਾਲ ਉਤਾਰ ਕੇ ਕੰਢੇ ਰੱਖੇ
ਇਸ ਵੇਲੇ ਉਨ੍ਹਾਂ ਨੂੰ ਕਿਉਂ ਕਿਵੇਂ ਤੇ ਕਿਸ ਥਾਂ
ਦੀ ਨ੍ਹੀਂ ਕੋਈ ਵੀ ਚਿੰਤਾ
ਇਹ ਘਟ ਰਿਹਾ ਵੇਲਾ
ਸਵਾਲ ਤੋਂ ਬਾਹਰਾ
ਪਾਣੀ ਅੰਦਰ ਪਾਣੀ ਹੋਣ ਦਾ ਵੇਲਾ
ਇਹ ਵੇਲਾ ਤਾਂ ਜੀਉਂਦੇ ਰਹਿਣ ਜਵਾਨੀਆਂ ਮਾਨਣ ਦਾ ਵੇਲਾ ਹੈ।

WATERFALL

at last
the rock surrendered
and gave way to the water

what came first
the rock or the water?
the roots which
tore open the rock
or was it the seed?

why is water so wet
how long will it keep flowing?
bathing girls and boys
bob up and down and scream
as the water falls
upon their heads
and lovingly sings
love and live and celebrate
for youth is yours

the young shrug off
all questions
and left on the banks
this moment of liberation
from why and how and where
this fleeting falling moment
is beyond question and thought

swirling in the waterfall
flowing with its zest
this is the moment of life
this is the moment of youth
this celebration

ਆਖ਼ਿਰ ਹਾਰ ਕੇ ਪੱਥਰਾਂ ਨੇ ਪਾਣੀ ਨੂੰ ਰਸਤਾ ਦਿੱਤਾ॥

ਇੰਗਲਟਨ, ਇੰਗਲੈਂਡ

ਮਾਂ ਬੋਲੀ

ਮਾਂ ਬੋਲੀ ਕੁੱਖ ਵਾਂਙੂੰ ਮੈਨੂੰ ਸਾਂਭੀ ਰਖਦੀ।
ਮਾਂ ਬੋਲੀ ਮੇਰੀ ਮਾਂ ਦੀ ਕੱਛ ਹੈ
ਅਪਣੇ ਹੋਣ ਤੋਂ ਡਰਦਾ ਡਰਦਾ
ਜਿਸ ਵਿਚ ਰੋਜ਼ ਦਿਹਾੜੇ ਵੜਦਾਂ
ਫਿਰ ਮੈਨੂੰ ਨਾ ਰਹਿੰਦੀ ਚਿੰਤਾ
ਆਉਂਦੇ ਕਲ੍ਹ ਤੇ ਬੀਤੇ ਕਲ੍ਹ ਦੀ।

ਮਾਂ ਬੋਲੀ
ਮੈਂ ਮਾਂ ਦੇ ਦੁੱਧੀਂ ਚੁੰਘੀ
ਬਾਬਲ ਮੇਰੇ ਕੰਬਣ-ਕੰਬਣ ਕਰਦੇ ਨਿੱਕੜੇ ਹੱਥ ਨੂੰ
ਅਪਣੇ ਹੱਥ ਵਿਚ ਲੈ ਕੇ ਲਿਖਣਾ ਦੱਸਿਆ
ਕਾਗਜ਼ ਦੇ ਨਾਲ਼ ਤਾਹੱਯਾਤੀ ਦੋਸਤੀ ਪਾਈ।

ਮਾਂ ਬੋਲੀ ਚੋਂ ਬੂਰਾਂ-ਲੱਦੇ ਅੰਬਾਂ ਦੀ ਛਾਂ ਮਹਿਕੇ
ਮੋਰਾਂ ਵਾਂਙੂੰ ਪੈਲਾਂ ਪਾਉਂਦਾ ਕਾਲ਼ਾ ਬੱਦਲ਼
ਵੱਸਣ ਵੱਸਣ ਨੂੰ ਪਿਆ ਸਹਿਕੇ।

at last
the rock surrendered
and gave way to the water

Ingleton, England

Translated by Shashi Joshi

MOTHER LANGUAGE

My mother language
          is secure as a womb
Warm as my mother's lap
To which I daily cling
In fear of my being
And then
The worrying yesterdays
The anxious tomorrows
Recede from me.

My mother language
Sucked at mother's breast
I learnt to write
As father held
My small, nervous hand
Beginning my endless friendship
With paper, ink and pen.

I find the shade
Of fragrant flowering mango trees
In my mother language.

ਮਾਂ ਬੋਲੀ ਵਿਚ ਮੇਰੀ ਮੀਤਾਂ ਦਾ ਪਿੰਡਾ ਲੁੱਸਣ ਲੁੱਸਣ ਦਗਦਾ
ਉਹਦੇ ਨਾੜੀਂ ਵਗਦੇ ਲਹੂ ਦੀ ਧੜਕਣ ਸੁਣਦੀ।

ਮਾਂ ਬੋਲੀ ਵਿਚ ਮੇਰੇ ਪੁਰਖੇ ਸੁੱਤੇ
ਜਿਨ੍ਹਾਂ ਦੇ ਸੁਪਨੇ ਮੈਂ ਨਿਤ ਜਾਗਾਂ।

ਮਾਂ ਬੋਲੀ ਵਿਚ ਮਿਰਜ਼ੇ ਹੀਰਾਂ ਅਲਖ ਜਗਾਵਣ।
ਮਾਂ ਬੋਲੀ ਵਿਚ ਸ਼ਬਦ ਗੁਰਾਂ ਦੇ ਪਰੀਆਂ ਗਾਵਣ।
ਸਭ ਕੁਝ ਸਿਰਜੇ ਬਿਨਸੇ ਮਾਂ ਬੋਲੀ ਹੀ॥

ਲਸਣ

ਦੂਰ ਕਿਤੇ ਪਰਦੇਸੀਂ
ਜਦ ਕੋਈ ਵਤਨੀ ਭਉਂਦਿਆਂ ਨਜ਼ਰੀਂ ਆਵੇ
ਕੋਈ ਖ਼ੁਸ਼ੀ ਅਨੋਖੀ ਚੜ੍ਹ ਜਾਂਦੀ ਹੈ।
ਆਪਮੁਹਾਰੇ ਨਜ਼ਰਾਂ ਤੇ ਹੱਥ ਉਸ ਵਲ ਧਾਂਦੇ
ਸੁੱਖਸਾਂਦ ਪਿੰਡ ਗਵਾਂਢ ਦੀ ਗੱਲ ਦੀ
ਤੰਦ ਜਿਹੀ ਫਿਰ ਜੁੜ ਜਾਂਦੀ ਹੈ।

ਸਾਨਫ਼੍ਰਾਂਸਿਸਕੋ ਦੇ ਇਕ ਪਿੰਡ ਵਿਚ
ਮੀਲਾਂਬੱਧੀ ਪਸਰੇ ਖੇਤਾਂ ਵਿਚ
ਜਦ ਖੇਤ ਮਜੂਰਨ ਬੀਬੀਆਂ ਖ਼ਾਤਿਰ
ਪੰਜਾਬੀ ਵਿਚ ਲਿਖਿਆ ਲਫ਼ਜ਼ ਲਸਣ ਜਦ ਨਜ਼ਰੀਂ ਆਇਆ

I see my woman's body
Gleam and glow
I hear the blood throb
Through her veins
In my mother language.

In my mother language
My forefathers sleep
Dreaming of me awake.

In my mother language
Mirzas and Heers invoke God
In my mother language
Angels sing the Gurus' hymns.

All lives and dies
In my mother language.

Translated by Shashi Joshi

LASAN GARLIC

In a distant country
When you come across a compatriot
You're thrilled to the bones
Your eyes and your hands reach out to him
And a chain of words is formed

I came on it once, the Punjabi word *Lasan* ਲਸਣ
                    written up on a huge billboard
For women farm workers
In a far-flung corner of California
And I felt

ਲੱਗਾ ਜਿਵੇਂ ਬੋਲੀ ਅਪਣੀ
ਦੂਰ ਪਰਦੇਸ ਦੀ ਧਰਤੀ ਉੱਤੇ ਖ਼ੁਸ਼ਆਮਦੀਦ ਭੁੱਲਾਵੇ
ਹੱਥ ਮਿਲਾਵੇ ਜੱਫੀ ਪਾਵੇ ਖ਼ੈਰ ਮਨਾਵੇ
ਇਕ ਪਲ ਲਫ਼ਜ਼ ਲਸਣ ਵੀ ਮਿਸਰੀ ਵਰਗਾ ਮਿੱਠਾ ਲੱਗਾ।

ਪਰ ਸਾਗਰੋਂ ਵਿਛੜੀ ਮੱਛਲੀ ਵਰਗੇ
ਲਫ਼ਜ਼ ਵੀ ਜੂਨ ਗੁਆ ਲੈਂਦੇ ਹਨ
ਮਾਅਨੇ ਹੋਰ ਬਣਾ ਲੈਂਦੇ ਹਨ
ਦਿਲ ਨੂੰ ਹੋਰ ਦੁਖਾ ਜਾਂਦੇ ਹਨ।
ਏਥੇ ਲਫ਼ਜ਼ ਲਸਣ ਦਾ ਮਤਲਬ -
15 ਡਾਲੇ ਰੋਜ਼ ਦਿਹਾੜੀ
ਘੜੀ ਦੀ ਟਿਕ ਟਿਕ
ਡਾਰ-ਵਿਛੁੰਨੀਆਂ ਕੂੰਜਾਂ
ਗਹਿਣੇ ਸੂਟ ਕਬੀਲੇਦਾਰੀ ਹੱਥ ਦੀਆਂ ਛਾਪਾਂ
ਪਰਲੋਭਾਂ ਤੇ ਮੋਹ ਦਾ ਭਵਜਲ
ਜਿਸ ਵਿਚ ਵਿਰਲੀ ਟਾਵੀਂ ਮੱਛੀ
ਜਾਲ਼ ਤੋਂ ਜਾਨ ਛੁਡਾ ਸਕਦੀ ਹੈ॥

ਈਲਿੰਗ ਦੇ ਵਾਲਪੋਲ ਪਾਰਕ ਦਾ ਮੋਰ

ਬਾਗੀਂ ਮੋਰ ਬੋਲੇ ਦਿਲ ਖੁੱਸਦਾ ਪਿਆ
ਕੂਕਾਂ ਵਿੰਨ੍ਹ ਛੱਡੀ ਰਾਤ, ਲਹੂ ਸਿੰਮਦਾ ਰਿਹਾ।

ਬਾਗੀਂ ਮੋਰ ਬੋਲੇ ਦਿਲ ਖੁੱਸਦਾ ਪਿਆ
ਰੰਗ ਹੱਸਦਾ ਰਿਹਾ, ਰੰਗ ਰੋਂਦਾ ਰਿਹਾ।

My language had welcomed me
Shaken my hands
Embraced me
Wished me good luck
For a moment the taste of the word
Lasan was like
A sugar lump on my tongue

Only words die
As a fish dies out of water
They lose their meanings
And gather new ones
Here the word *Lasan* means –

    Fifteen dollars a day
    Bricks of the house
    Ticks of the clock
        A crane left behind in anguish
    Gold ornaments
        dresses and rings
    The deep troubled waters of greed and indulgence

And very few fish escape the net

Translated by Amin Mughal

THE PEACOCK IN WALPOLE PARK, EALING

The heart sinks when the peacock screams
The night bleeds pierced with its cries

The heart sinks when the peacock screams
The colour laughs and then wails

ਬਾਗੀਂ ਮੋਰ ਬੋਲੇ ਦਿਲ ਖੁੱਸਦਾ ਪਿਆ
ਪਿੰਡੇ ਕੰਬਣੀ ਛਿੜੇ, ਜੱਗ ਹੱਸਦਾ ਰਿਹਾ।

ਬਾਗੀਂ ਮੋਰ ਬੋਲੇ ਦਿਲ ਖੁੱਸਦਾ ਪਿਆ
ਕਿਥੇ ਅੰਬਾਂ ਦਾ ਹੈ ਬੂਰ, ਇਹੋ ਲਭਦਾ ਰਿਹਾ।

ਬਾਗੀਂ ਮੋਰ ਬੋਲੇ ਦਿਲ ਖੁੱਸਦਾ ਪਿਆ
ਕਦੇ ਮੁੱਕੀ ਨਾ ਝੜੀ, ਮੀਂਹ ਵਰ੍ਹਦਾ ਰਿਹਾ।

ਬਾਗੀਂ ਮੋਰ ਬੋਲੇ ਦਿਲ ਖੁੱਸਦਾ ਪਿਆ
ਪਿਆਸ ਮਚਦੀ ਨੂੰ ਸੀਨੇ ਵਿਚ ਦੱਬਦਾ ਰਿਹਾ।

ਬਾਗੀਂ ਮੋਰ ਬੋਲੇ ਦਿਲ ਖੁੱਸਦਾ ਪਿਆ
ਮਿੱਠੀ ਕੈਦ ਵਿਚ ਬੰਦ, ਪੱਰ ਤੋਲਦਾ ਰਿਹਾ।

ਜੰਗਲ਼ੇ ਚ ਪੈਲ ਪਾਈ ਸਾਰਿਆਂ ਨੇ ਦੇਖੀ
ਨਾਲ਼ੇ ਝੁਰਦਾ ਰਿਹਾ, ਨਾਲ਼ੇ ਨੱਚਦਾ ਰਿਹਾ॥

ਬਰਾਜ਼ੀਲੀ ਗਿਟਾਰਿਸਟ ਪਾਉਲੋ ਨੂੰ ਕੁਝ ਸਵਾਲ

ਅਪਣਾ ਸਾਜ਼ ਕਦੇ ਤੂੰ ਗਹੁ ਨਾਲ ਡਿੱਠਾ?
ਪੋਟਾ-ਪੋਟਾ ਚੇਤੇ ਕਰਕੇ ਦੱਸ ਤਾਂ -
ਤੇਰੇ ਛੁਹਮੰਡਲ ਦੀ ਕਿਹੜੀ ਰਗ ਸਭ ਤੋਂ ਵਧ ਦੁਖਦੀ ਹੈ?
ਜਦ ਤੂੰ ਸੀਨੇ ਲਾ ਗਿਟਾਰ ਵਜਾਵੇਂ
ਤਾਂ ਤੈਨੂੰ ਇਹ ਅਪਣਾ ਅੰਗ ਨਹੀਂ ਲਗਦੀ?
ਏਸ ਅੰਗ ਦਾ ਕੀ ਨਾਂ ਰਖਿਆ,
ਜੋ ਤੂੰ ਸੰਙਦਾ ਕਦੇ ਨਾ ਦੱਸਦਾ?
ਜਦ ਤੂੰ ਸਾਜ਼ ਗਲ਼ੋਂ ਉਤਾਰੇਂ
ਤਾਂ ਇੰਜ ਨ੍ਹੀਂ ਲੱਗਦਾ
ਜਿਵੇਂ ਕੋਈ ਯੋਧਾ ਅਪਣਾ ਸ਼ਸਤਰ ਲਾਹ ਕੇ ਰੱਖੇ
ਜਾਂ ਕੋਈ ਤੀਵੀਂ ਨੱਕ ਦਾ ਕੋਕਾ

The heart sinks when the peacock screams
The body shivers and the world rejoices

The heart sinks when the peacock screams
It yearns for mango flowers lost long ago

The heart sinks when the peacock screams
It rains incessantly, it never stops

The heart sinks when the peacock screams
Trying to slake the thirst burning in its chest

The heart sinks when the peacock screams
Weighing its wings in the sweet prison

Everybody saw it dancing in its cage
Moaning and dancing

Translated by Amin Mughal

TO PAOLO THE GUITARIST

Have you ever looked at your guitar closely?
Recollecting tip by tip tell me
Which chord pains most?
When you play it
Don't you think that it is a part of your body?
What name have you given to this part?
Are you too shy to tell me?
When you take off the guitar
Don't you feel like
a fighter who takes off his gun
like a girl taking the stud off her nose

ਜਾਂ ਸੱਪ ਅਪਣੀ ਕੁੰਜ ਲਾਹੁੰਦਾ ਹੈ?
ਕੀ ਇਹ ਸਭ ਤੂੰ ਅਪਣੇ ਸੁਪਨੇ ਡਿੱਠਾ?
ਸੁੱਤੇ ਸਾਜ਼ਾਂ ਦੀ ਸੁਰ ਨੀਂਦਰ ਵਿਚ ਕੀਕਣ ਜਗਦੀ?
ਗਿਟਾਰ ਤਿਹਾਰੀ ਬੱਚੇ ਵਾਂਗੂੰ ਹੱਥ ਛੁੜਾ ਨਈਂ ਨੱਸਦੀ?
ਬੈਠ ਕੇ ਕੱਲਮਕੱਲਾ ਇਸ ਨਾ' ਕਿਹੜੀਆਂ ਬਾਤਾਂ ਪਾਵੇਂ?
ਸੁਰਾਂ ਜੋ ਤੁਸੀਂ ਮਿਲ਼ਕੇ ਕੱਢਦੇ ਕੌਣ ਹੈ ਇਨਕੀ ਜੰਮਣਹਾਰੀ?
ਵੈਰੀ ਗਾਉਂਦੇ ਹੱਥਾਂ ਨੂੰ ਕਿਉਂ ਭੰਨਦੇ ਹਨ?
ਵਿਕਟਰ ਹਾਰਾ ਚੇਤੇ ਤੈਨੂੰ?
ਦਿਲ ਉੱਤੇ ਹੱਥ ਰਖਕੇ ਦੱਸੀਂ –
ਸਾਜ਼ ਦਿਲੋਂ ਕਿੰਜ ਵਖਰਾ ਹੁੰਦਾ?

ਸਾਈਕਲ ਚਲਾਉਂਦਿਆਂ

ਸਿਖਰ ਦੁਪਹਿਰੇ
ਸਾਹਮਣੀ ਹਵਾ ਵਿਚ
ਸਾਈਕਲ ਚਲਾਉਂਦਿਆਂ
ਤੁਹਾਨੂੰ ਲਗੱਦੈ
ਸੜਕ ਜਿਉਂ ਕਾਲ਼ੀ ਦਲਦਲ ਹੈ
ਜਿਸ ਵਿਚ ਖੁੱਭਦਾ ਹੀ ਜਾ ਰਿਹੈ
ਕਿਸ਼ਤਾਂ 'ਤੇ ਲਿਆ ਤੁਹਾਡਾ ਸਾਈਕਲ

ਸਾਈਕਲ ਚਲਾਉਂਦਿਆਂ
ਤੁਸੀਂ ਲੱਖ-ਲੱਖ ਸ਼ੁਕਰ ਕਰਦੇ ਹੋ
ਤੁਹਾਡੀ ਕ਼ੀਮਤ ਇਕ ਸਕੂਟਰ ਜਮਾਂ ਪੈਟਰੋਲ ਅਲਾਉਂਸ ਨਹੀਂ ਪਈ
ਜਾਂ ਸੈਂਕੜੇ ਅਖ਼ਬਾਰਾਂ ਦੀ ਰੱਦੀ ਦੇ ਬਰਾਬਰ ਤੁਸੀਂ ਤੁਲੇ ਨਹੀਂ

ਸਾਈਕਲ ਚਲਾਉਂਦਿਆਂ
ਕਾਮਰੇਡ ਵਿਦਿਆ ਰਤਨ ਯਾਦ ਆਉਂਦਾ ਹੈ
ਜੋ ਕਮਿਉਨਿਸਟ ਪਾਰਟੀ ਦੀ ਸਟੇਜ 'ਤੇ
ਸਾਈਕਲ ਬਾਰੇ ਲਿਖੀ ਲੰਮੀ ਕਵਿਤਾ ਸੁਣਾਉਂਦਾ ਹੁੰਦਾ ਸੀ
ਉਹਦੇ ਦੋਹਵੇਂ ਹੱਥ ਨਹੀਂ ਸਨ
ਹੁਣ ਤਾਂ ਮੁੱਦਤ ਹੋ ਗਈ
ਵਿਦਿਆ ਰਤਨ ਬਾਰੇ ਵੀ ਕੁਝ ਸੁਣਿਆ

or the snake which sheds its skin?
Did you see all this in your dreams?
Do you ever talk to it when you are lonely?
Who is the mother of the sound?
Why did they break the singing hands?
Do you remember Victor Jara?
Put your hand on your heart and tell me
How is the guitar different from the heart?

Translated by Julia Casterton

THE SONG OF THE BIKE

As I cycle along
in the dazzling gruelling heat of noon,
braving the harsh opposite wind,
I feel that the road has suddenly become black mire
steadily sucking in the bike
bought on instalments

As I cycle along
I thank God a thousand times
that I could not be bought off for a scooter
plus petrol allowance
nor sold off for stacks of newspaper waste.

While cycling
I am reminded of Comrade Vidya Ratan
who from the communist party stage
would celebrate his bike, in a long poem
he had no arms –

ਤੇ ਅਚਾਨਕ ਖਹਿਸਰ ਕੇ ਲੰਘੀ ਕਾਰ ਨੂੰ
ਤੁਸੀਂ ਗਾਹਲ਼ ਕੱਢ ਸਕਦੇ ਹੋ
ਜਮਾਤੀ ਨਫ਼ਰਤ ਦੇ ਇਜ਼ਹਾਰ ਵਜੋਂ

ਸਾਈਕਲ ਚਲਾਉਂਦਿਆਂ
ਤੁਹਾਨੂੰ ਲੱਗਦੈ –
ਤੁਸੀਂ ਇਕੱਲੇ ਨਹੀਂ ਹੋ
ਇਸ ਪਿਆਰੀ ਮਾਤਭੂਮੀ ਦੇ
ਦੋ ਕਰੋੜ ਸਾਈਕਲ-ਸਵਾਰ ਤੁਹਾਡੇ ਨਾਲ਼ ਹਨ
ਫ਼ੈਕਟਰੀਆਂ ਦੇ ਮਜ਼ਦੂਰ
ਦਫ਼ਤਰਾਂ ਦੇ ਕਲਰਕ ਬਾਦਸ਼ਾਹ
ਫੇਰੀਆਂ ਵਾਲ਼ੇ
ਸਕੂਲਾਂ-ਕਾਲਜਾਂ ਦੇ ਪਾੜ੍ਹੇ
ਹੋਰ ਤਾਂ ਹੋਰ ਸਾਈਕਲ ਚੋਰ ਵੀ

ਸਾਈਕਲ ਚਲਾਉਂਦਿਆਂ
ਤੁਸੀਂ ਮੁਲਕ ਨੂੰ ਅਗਾਂਹ ਖੜਦੇ ਹੋ
ਸਾਈਕਲ ਚਲਾਉਂਦਿਆਂ
ਤੁਸੀਂ ਜਮਾਤੀ ਨਫ਼ਰਤ ਹੋਰ ਤੇਜ਼ ਕਰਦੇ ਹੋ
ਸਾਈਕਲ ਚਲਾਉਂਦਿਆਂ
ਤੁਸੀਂ ਅਗਾਹਾਂਵਧੂ ਹੁੰਦੇ ਹੋ
ਪੂੰਜੀਵਾਦ ਦੇ ਇਸ ਅੰਤਿਮ ਦੌਰ ਵਿਚ
ਸਾਈਕਲ ਚਲਾਉਂਦਿਆਂ
ਬੰਦਾ ਸੋਚਦਾ ਹੈ –
ਪੈਦਲ ਲੋਕ ਮੇਰੇ ਬਾਰੇ ਕੀ ਸੋਚਦੇ ਹੋਣਗੇ?

ਕ਼ਲਾਮ ਸਹਰ ਯਿਲਦਿਰਿਮ

ਤੂੰ ਤਾਂ ਜਾਣੇ
ਮੇਰਾ ਕਿੰਨਾ ਕਰੜਾ ਦਿਲ ਹੈ
ਮੈਂ ਕਦੇ ਨ ਰੋਂਦੀ
ਪਰ ਉਸ ਦਿਨ ਏਨਾ ਰੋਈ ਕਿ ਹੁਣ ਹਾਸਾ ਆਉਂਦਾ

I've not heard of him for ages
and when out of nowhere a car overtakes me
I swear and curse in a fit of class hatred.

While cycling
I feel that
I am not alone
Twenty million cyclists of this great motherland are with me
      the factory workers
      the high and mighty clerks
      the pedlars
      the students
      and even the bicycle thieves

While cycling
I take my country forward
While cycling
I sharpen my class consciousness.
While cycling
I push on still further and further
           in this last phase of world capitalism.
While cycling
I wonder what the pedestrians think of me.

Translated by Amarjit Chandan

A HARD WOMAN CRIED

I'm laughing now.
You know, I'm a hard woman, I never cry.
But that day I cried.

ਹੌਲੈਂਡ ਪਾਰਕ ਚ ਅਸੀਂ ਚਾਰ ਦਿਹਾੜੇ
            ਖੜ੍ਹੇ ਕਰਦੇ ਰਹੇ ਮੁਜ਼ਾਹਰਾ
ਸ਼ੀਸ਼ੇ ਦੇ ਪਿੰਜਰੇ ਵਿਚ ਬੰਦ ਉਸ ਬੰਦੇ ਲਈ
ਜਿਸਨੂੰ ਪਿਆਰ ਨਾਲ਼ ਅਸੀਂ ਅਪੂ ਆਂਹਦੇ

ਅਸੀਂ ਰਹੇ ਗਾਂਵਦੇ ਗੀਤ ਦਰਿਆਵਾਂ ਦੇ
ਗੀਤ ਉਸ ਚਸ਼ਮੇ ਦਾ ਜਿਸ ਚੋਂ ਨਦੀ ਜਨਮ ਹੈ ਲੈਂਦੀ
ਅਸੀਂ ਗਾਉਂਦੇ ਰਹੇ ਗੀਤ ਪਹਾੜੀ

ਗੀਤ ਮੁੱਕਿਆ ਤਾਂ ਸਾਰੇ ਇਕਦਮ ਚੁੱਪ ਛਾ ਗਈ
ਜਿਉਂ ਕੋਈ ਸਭ ਤੋਂ ਭੈੜੀ ਖ਼ਬਰ ਸੁਣੀ ਸੀ
ਜਿਉਂ ਪਰਚਮ ਡਿੱਗਿਆ ਥੱਲੇ ਮਿੱਟੀ ਵਿਚ ਜਾ ਰੁਲ਼ਿਆ

ਪਤਾ ਨਹੀਂ ਸੀ ਲਗਦਾ –
        ਹੁਣ ਕੀ ਕਰਾਂਗੇ
        ਕਿਥੇ ਜਾਵਾਂਗੇ
ਤਾਂ ਉਸ ਵੇਲੇ ਮੈਂ ਕਰੜੇ ਦਿਲ ਵਾਲ਼ੀ
ਧਾਹਾਂ ਮਾਰ ਕੇ ਰੋ ਪਈ

ਮੌਤ ਦਾ ਖੂਹ

ਮੇਲੇ ਅੰਦਰ ਲੋਕ ਅਵਾਣੇ
ਜੁੜੇ ਖਲੋਤੇ ਡਰ ਕੇ ਸਹਿਮੇ
ਖੂਹ ਮੌਤ ਦਾ ਗਿੜਦਾ ਤੱਕਣ –
ਦੇਖੋ! ਬੰਦਾ ਮੋਟਰਸੈਕਲ ਉੱਤੇ
ਧਰਤੀ ਦੀ ਖਿਚ, ਮੌਤ ਦੀ ਖਿਚ ਤੋਂ ਨਾਬਰ ਹੋਇਆ
ਸਿੱਧੀ ਲੀਕ 'ਤੇ ਸਰਪਟ ਜਾਂਦਾ
ਸਭ ਨੂੰ ਲੱਗਦਾ ਘੁੰਮ ਰਿਹਾ ਹੈ

ਕੋਈ ਨ ਡਿਗਦਾ

We were in Holland Park
            protesting for four days
For the man in the glass cage.
            We call him Apo – Uncle.

We sang the songs of *goze* and *irmāk* – water spring and river.
We chanted slogans of our mountains.

When it was over
All went silent.
As if our flag had fallen to the ground.
We were stunned.
We didn't know where to go and what to do.

Then the hard woman, named Seher Yıldırım, started
                                    crying that day.

Translated by Amarjit Chandan

THE WALL OF DEATH

At the funfair people watch the wall of death dead scared
Seeing the man on the motorbike circling
Denying earth's and death's gravity
Going round in a straight line in deadening noise.

ਨ ਬੰਦਾ, ਨ ਉਸਦਾ ਵਾਹਨ, ਨਾ ਹੀ ਖੂਹ ਦੀਆਂ ਕੰਧਾਂ
ਸੂਰਜ ਇਥੇ ਧਰਤੀ ਹੈ ਤੇ ਧਰਤੀ ਘੁੰਮਦਾ ਬੰਦਾ
ਇਸ ਵੇਲੇ ਹੈ ਸਭ ਕੁਛ ਬੱਝਾ ਵਿਚ ਤਵਾਜ਼ਨ
ਜਿਉਂ ਮੌਤ ਤੇ ਮੁਕਤੀ ਦੇ ਦੋ ਕੰਢਿਆਂ ਅੰਦਰ
ਸਮੇਂ ਦਾ ਦਰਿਆ ਵਹਿੰਦਾ ਹੈ

ਮੇਲੇ ਅੰਦਰ ਲੋਕ ਅਵਾਣੇ
ਜੁੜੇ ਖਲੋਤੇ ਡਰ ਕੇ ਸਹਿਮੇ

* * *

ਮੈਂ ਸੁਹਣਾ ਹਾਂ ਪੱਥਰ ਦੇ ਸੁਪਨੇ ਦੇ ਵਾਂਙੂੰ

ਬੂਦਲੇਅਰ

ਦੂਰ ਬਹੁਤ ਦੂਰ ਕਿਸੇ ਨਛੱਤਰ ਉੱਤੇ
ਪਿਆ ਹੈ ਪੱਥਰ ਗੀਟਾ
ਜੋ ਕਿਸੇ ਨਾ ਡੀਠਾ, ਨ ਹੀ ਛੁਹਿਆ
ਉਹ ਪੱਥਰ ਉਸ ਫੁੱਲ ਦਾ ਸੁਪਨਾ ਲੈਂਦਾ
ਜਿਸ ਦੀ ਖ਼ੁਸ਼ਬੂ ਕੋਈ ਨਾ ਜਾਣੇ
ਨਾ ਕੋ ਰੰਗ ਤੇ ਨਾ ਹੀ ਰਸਨਾ
ਕੈਸਾ ਚਾਨਣ ਦਾ ਫੁੱਲ ਖਿੜਿਆ
ਜਿਸ ਦੀ ਆਭਾ ਸਹੀ ਨਾ ਜਾਏ
ਜਿਸ ਨੂੰ ਅੱਖਾਂ ਮੁੰਦ ਕੇ ਤੱਕਣਾ ਪੈਂਦਾ
ਜਿਉਂ ਚੇਤੇ ਆਉਂਦਾ ਸੋਹਣਾ ਮੁੱਖ ਸੱਜਣਾਂ ਦਾ
ਦੂਰ ਬਹੁਤ ਦੂਰ ਕਿਸੇ ਨਛੱਤਰ ਉੱਤੇ
ਪਿਆ ਹੈ ਪੱਥਰ ਗੀਟਾ

All is in balance
the rider   the motorbike   and   the wall
The sun is the earth and the earth is the man
As time flows between the shores of life and deliverance.

In the funfair people watch the theatre dead scared.

Translated by Stephen Watts

* * *

> *Je suis belle, o mortels! comme un rêve de pierre...*
> *(O mortals, I'm beautiful like the dream of stone...)*
> Baudelaire, *La Beauté*

Far far away on a distant planet
There lies a stone unseen untouched

The stone dreams of flower
          with no colour, no odour
It has a dazzling glow
It can be seen only with closed eyes
As you see your loved ones

Translated by Amarjit Chandan

ਮੂਰਤਾਂ

ਕੰਧ ਦੇ ਉੱਤੇ ਮੂਰਤ ਟੰਗਿਆਂ
ਕੰਧ ਅਲੋਪ ਹੋ ਜਾਂਦੀ
ਜਿਸ ਚਾਰਦੀਵਾਰੀ ਅੰਦਰ
ਅੰਗਸੰਗ ਤਸਵੀਰਾਂ ਹੋਵਣ
ਓਸੇ ਨੂੰ ਘਰ ਕਹਿੰਦੇ

ਮੂਰਤ ਹੁੰਦੀ ਨਿੱਕੀ ਬਾਰੀ
ਜੋ ਰੂਹ ਦੇ ਅੰਦਰ ਖੁੱਲ੍ਹਦੀ
ਮੂਰਤ ਹੁੰਦੀ ਕੰਧ ਦਾ ਆਲ਼ਾ
ਜਿਥੇ ਜਗਦਾ ਦੀਵਾ
ਯਾਦਾਂ ਦੀ ਲੋਅ ਦਿੰਦਾ ਬਲ਼ਦਾ ਰਹਿੰਦਾ

ਕੋਈ ਨਿੱਕੜਾ ਹੱਥ
ਜਿਸ ਵਿਚ ਰੰਗ-ਬਰੰਗੇ ਬੰਟੇ ਰਖਦਾ
ਕਲਮ ਦਵਾਤ ਚਿੱਥੀ ਹੋਈ ਪੈਨਸਿਲ
ਟੁੱਟਾ ਭੁਰਿਆ ਬਟਨ ਕੋਟ ਦਾ
ਮੂਰਤ ਹੁੰਦੀ ਨਿੱਕਾ ਸ਼ੀਸ਼ਾ
ਅਸੰਖ ਅੱਕ਼ਾਸੀ ਵਾ਼ਲਾ

ਅਮੀਨ ਮੁਗ਼ਲ

ਅਮੀਨ ਮੁਗ਼ਲ ਨੱਚ ਰਿਹਾ ਹੈ
ਇੱਕੋ ਥਾਂ ਉਛ਼ਲੀ ਜਾਂਦਾ
ਜਿੰਦਾਂ ਰਬੜ ਦਾ ਬਾਵਾ ਹੋਵੇ
ਟੱਪਦਾ ਰਿਹਾੜ ਕਰਦਾ ਬੱਚਾ ਹੋਵੇ
ਅਮੀਨ ਮੁਗ਼ਲ ਸ਼ਰਾਬੀ ਹੈ
ਪਰ ਅਮੀਨ ਮੁਗ਼ਲ ਖ਼ੁਸ਼ ਨਹੀਂ
ਇਸੇ ਲਈ ਅਮੀਨ ਮੁਗ਼ਲ ਨੱਚ ਰਿਹਾ ਹੈ
ਖ਼ਿਆਲਾਂ ਦੀ ਗਰਾਰੀ ਹੋਰ ਤੇਜ਼ ਘੁੰਮਣ ਲੱਗੀ ਹੈ
ਅਮੀਨ ਮੁਗ਼ਲ ਸੋਚ ਰਿਹਾ ਹੈ

PICTURES

The wall disappears
      when you hang a picture on it.
Home is where pictures surround our essence.

Pictures are windows
Opening inwards onto the mindscape.

Are niches
Where earthen lamps burn, reminiscing –

A small hand puts back white marbles,
An inkpot, a pencil chewed to its end;
A chipped button come off a crimson shirt
      worn years ago.

A small mirror with infinite reflections.

Translated by Stephen Watts

AMIN MUGHAL

Amin Mughal is dancing.
He's jumping on the spot like a
      Jack-in-the-box.
Like a stubborn child throwing tantrums.
Amin Mughal is drunk.
But Amin Mughal is not happy.
That's why he's dancing.
The wheel of thoughts is running fast.
Amin Mughal is thinking.

ਖ਼ੁਦਾ ਤੋਂ ਨਹੀਂ ਖ਼ੁਦ ਤੋਂ ਡਰਦਾ ਬੰਦਾ ਨੱਚ ਰਿਹਾ ਹੈ
ਅਮੀਨ ਮੁਗ਼ਲ ਹੱਸ ਰਿਹਾ ਹੈ

ਮੱਛੀ

ਤੂੰ ਤਾਂ ਉਹ ਮੱਛੀ ਏਂ
ਜਿਸਦਾ ਗੀਤ ਉਹ ਬੰਦਾ ਗਾਉਂਦਾ ਸੀ
ਕਿ ਮੱਛੀ ਸਭ ਜਾਣੇ ਹੈ

ਤਾਲ ਬਲੌਰੀ ਅੰਦਰ ਮੈਂ ਤੱਕਦਾ ਹਾਂ
ਹਿਕ ਦੇ ਜ਼ੋਰ ਤਰਦੀ ਮੱਛੀ ਨੱਚਦੀ ਚੁੱਪ ਫ਼ਿਲਮ ਦੇ ਅੰਦਰ
ਉਹ ਪਾਣੀ ਨੂੰਪਾਣੀ ਨਾ ਜਾਣੇ
ਜਾਣੇ ਉਹ ਹਵਾ ਹੈ
ਤੂੰ ਉੜਦੀ ਜਗਿਆਸਾ ਦੀ ਮਾਰੀ

ਤੂੰ ਉਹ ਮੱਛੀ ਜੋ ਪੈਗ਼ੰਬਰਾਂ ਨੂੰਪਾਰ ਲੰਘਾਉਂਦੀ

ਪਤਾ ਨਾ ਲਗਦਾ
ਉਹ ਗਾਉਂਦਾ ਬੰਦਾ ਸੀ ਕਿਵੇਂ ਜਾਣਦਾ
ਕਿ ਮੱਛੀ ਸਭ ਜਾਣੇ ਹੈ

(ਮੂਲ਼ ਅੰਗਰੇਜ਼ੀ ਵਿਚ)

Man is dancing not scared of God
        but of himself.
Amin Mughal is grinning.

Translated by Amarjit Chandan

THE FISH KNOWS EVERYTHING

I think, you are the fish in the song,
        who knows everything.

I stand and watch you swimming in the aquarium
You move with the thrust of your breast –
A dance in a silent movie.

You don't think water is the sky.

You fly to know more.

You know the difference.

You are the fish who takes
        the Prophets ashore
               attaining deliverance.

I wonder, how did the man in the song know
        that the fish knew everything.

    (Originally written in English)

ਯਾਦਾਂ ਦੀ ਨਕਸ਼ਾਨਵੀਸੀ

ਫ਼ਰਜ਼ ਕਰੋ ਇਹ ਕਾਗ਼ਜ਼ ਹੈ
ਦੇਖੋ ਗਹੁ ਨਾ' ਚਿਤਵੋ ਇਹ ਧਰਤੀ ਦਾ ਨਕਸ਼ਾ ਹੈ
ਦੇਖੋ ਤੁਹਾਡੇ ਦਿਲ ਦੀ ਸੂਈ ਮਿਕਨਾਤੀਸੀ
ਕਿਸ ਥਾਂ ਪਰ ਜਾ ਕਰ ਰੁਕਦੀ ਹੈ।
ਹਾਂ ਇਥੇ ਹੀ ਹੈ ਉਹ ਬਸਤੀ ਜਿਸ ਥਾਂ ਨੂੰ ਤਰਸਦਿਆਂ ਉਮਰਾ ਬੀਤ ਗਈ

ਇਸ ਨੁਕਤੇ ਨੂੰ ਪੋਟੇ ਨਾਲ਼ ਛੁਹਾਵੋ ਸਹਿਜ ਮਲਕੜੇ
ਦੇਖੋ ਇਹ ਨਬਜ਼ ਦੇ ਵਾਂਙੂ ਧੜਕ ਰਿਹਾ।
ਲਾਂਦੇ ਜਾਵੋ ਨੁਕਤਾ ਦਰ ਨੁਕਤਾ
ਬਣਦੀ ਜਾਂਦੀ ਰੇਖਾ
ਜੁੜਦਾ ਜਾਂਦਾ ਕੱਪਿਆ ਨਾੜੂ

ਇਹੋ ਨੁਕਤਾ ਨਕਸ਼ਾ ਹੈ ਇਹੋ ਥਾਂ ਹੈ ਯਾਦਾਂ ਦੀ
ਕੋਈ ਜ਼ਖ਼ਮ ਨਿਸ਼ਾਨੀ
ਇਹ ਬਿੰਦੂ ਹੈ ਜਗਮਗ ਜਗਮਗ ਕਰਦਾ ਕਾਗ਼ਜ਼ ਉੱਤੇ
ਜਿਥੇ ਤੇਰੀ ਪਿਛਲ ਯਾਤਰਾ ਜਾ ਕੇ ਮੁੱਕਦੀ
ਪਰਦੇਸੀ ਆਖ਼ਿਰ ਅਪਣੇ ਘਰ ਪੁੱਜਾ ਹੈ॥

(ਮੂਲ਼ ਅੰਗਰੇਜ਼ੀ ਵਿਚ)

ਸਫ਼ਰ

ਲੰਮਾ ਸਫ਼ਰ ਅਕੇਵਾਂ
ਗੱਡੀ ਦੀ ਬਾਰੀ ਦੇ ਸ਼ੀਸ਼ੇ 'ਤੇ
ਮੈਂ ਸਿਰ ਰੱਖਿਆ ਹੈ
ਬਾਰੀ ਠੰਢੀ ਸੀਤ ਜਿਉਂ
ਬਰਫ਼ੀਲੀ ਰੁੱਤੇ ਸੱਜਣ ਹੱਥ ਮਿਲ਼ਾਇਆ
ਜਾਂ ਪਿਆਰੀ ਦੇ ਠੰਢੇ ਕੰਨ ਨੂੰ
ਨੱਕ ਦੀ ਬੂੰਬਲ਼ ਛੋਹਵੇ
ਜਾਂ ਤਾਪ ਚੜ੍ਹੇ 'ਤੇ ਬਲ਼ਦੇ ਮੱਥੇ ਉੱਤੇ
ਮਾਂ ਨੇ ਹੱਥ ਰਖਿਆ ਹੈ

MAPPING MEMORIES

Imagine it is a paper.
Look at it.
It is a portrait of the earth.
See where the needle of your magnetic heart stops.
That's it. That's the place you always missed.

Put a dot.
Touch it with your finger tip. Softly.
It throbs.
Then put another, and then another till a line is formed –
The umbilical cord reconnecting.

The spot is the cartograph of your memories.
It is the wound healed.

A dot shines on the page
            at the zero degree of all directions.
Here ends your returning.
You are home.

    (Originally written in English)

THE JOURNEY

I lean my head
            against the window of the Tube –
It's cold as a friendly handshake on a winter evening.
A nose touching the ear of a lover
            greeting in the hallway
                        whispering.
Mother's hand feeling my burning forehead.

ਕੁਝ ਪਲ ਰਾਹਤ ਮਿਲ਼ਦੀ
ਦਿਲ ਨੂੰ ਠੰਢ ਪੈਂਦੀ ਹੈ
ਸਾਰੇ ਜੱਗ ਦੀਆਂ ਗੱਡੀਆਂ ਦਾ ਖੜਕਾ ਇੱਕੋ-ਜਿਹਾ
ਸਾਰੇ ਜੱਗ ਦੀਆਂ ਗੱਡੀਆਂ ਦਾ ਸਫ਼ਰ ਅਕੇਵਾਂ
ਆਖ਼ਰ ਦੇਰ-ਸਵੇਰੇ
ਇੱਕੋ ਥਾਂ 'ਤੇ ਜਾ ਕੇ ਮੁੱਕ ਜਾਂਦਾ ਹੈ

ਵੀਕਐਂਡ ਸਫ਼ਰ

ਸੜਕ ਦੀ ਕਿਤਾਬ ਸਫ਼ਾ-ਦਰ-ਸਫ਼ਾ ਖੁੱਲ੍ਹਦੀ ਜਾਂਦੀ ਹੈ

ਅਨ੍ਹੇਰੇ ਵਿਚ ਮੋਟਰਵੇਅ 'ਤੇ ਬਰਫ਼ ਪੈਣ ਲੱਗੀ ਹੈ
ਚੁਪਚਾਪ ਸ਼ਾਂਤ

ਕੋਚ ਦੇ ਡਰਾਈਵਰ ਨੇ
ਵਰ੍ਹਿਆਂ ਮਗਰੋਂ ਪੱਗ ਬੰਨ੍ਹਣੀ ਸ਼ੁਰੂ ਕੀਤੀ ਹੈ
ਇਹਦੇ ਮੱਥੇ 'ਤੇ ਤੀਉੜੀਆਂ ਹਨ
ਜਿਨ੍ਹਾਂ ਇਹਦੀਆਂ ਬਾਹਵਾਂ ਤੇ ਪੈਰਾਂ ਨੂੰ ਕੱਸਿਆ ਹੋਇਆ ਹੈ

ਸਵਾਰੀਆਂ ਬੈਠੀਆਂ ਹਨ ਚੁਪਚਾਪ
ਕੋਚ ਦੀਆਂ ਲਾਈਟਾਂ ਵਿਚ ਡਿਗ ਰਹੀ ਬਰਫ਼ ਨੂੰ ਦੇਖਦੀਆਂ

ਧੌਲ਼ੇ ਵਾਲ਼ਾਂ ਵਾਲ਼ੀ ਔਰਤ ਸੋਚ ਰਹੀ ਹੈ
ਤੇ ਅਪਣੇ ਆਪ ਨੂੰ ਆਖਦੀ ਹੈ -
ਬਾਹਰ ਬਰਫ਼ ਪੈ ਰਹੀ ਹੈ

ਗਰਭਵਤੀ ਕੁੜੀ ਸੋਚ ਰਹੀ ਹੈ
ਤੇ ਅਪਣੇ ਆਪ ਨੂੰ ਆਖਦੀ ਹੈ -
ਬਾਹਰ ਬਰਫ਼ ਪੈ ਰਹੀ ਹੈ

All trains clatter the same everywhere.
With the same coolness
        carry you off to the terminus.

Translated by Amarjit Chandan

A WEEKEND JOURNEY

The book of the road
Opens page by page

Nightfall
It's just started snowing
Silently on the motorway

The coach driver's wearing a turban again
(The first time for years)
The furrows on his forehead
Have tangled his arms and feet

Silently his Asian
Passengers watch the snow falling
In the flash of the headlights.

The white-haired woman wonders
                and says to herself –
It's snowing outside

The pregnant young woman thinks
                and says to herself –
It's snowing outside

ਸੁਹਣੇ ਗੁੰਦੇ ਹੋਏ ਵਾਲ਼ਾਂ ਵਾਲ਼ਾ ਮੁੰਡਾ ਸੋਚ ਰਿਹਾ ਹੈ
ਤੇ ਅਪਣੇ ਆਪ ਨੂੰ ਆਖਦਾ ਹੈ -
ਬਾਹਰ ਬਰਫ਼ ਪੈ ਰਹੀ ਹੈ

ਚੁਪਚਾਪ ਸ਼ਾਂਤ
ਅਨ੍ਹੇਰੇ ਵਿਚ ਮੋਟਰਵੇਅ 'ਤੇ ਵਾਪਸ ਘਰਾਂ ਨੂੰ ਜਾ ਰਹੀ ਹੈ ਕੋਚ

ਸੜਕ ਦੀ ਕਿਤਾਬ ਸਫ਼ਾ-ਦਰ-ਸਫ਼ਾ ਬੰਦ ਹੁੰਦੀ ਜਾਂਦੀ ਹੈ॥

ਜੌਨ੍ਹ ਬਰਜਰ ਦੇ ਨਾਂ

ਮੈਂ ਸੁਣ ਰਿਹਾਂ ਤਿਰੀ ਆਵਾਜ਼
ਜੋ ਤੂੰ ਬੋਲ ਰਿਹੈਂ ਉਹ ਨਹੀਂ
ਮੈਂ ਸੁਣ ਰਿਹਾਂ
ਜਿਵੇਂ ਫਲ ਨੂੰ ਛੂਹ ਰਿਹਾ ਹੋਵਾਂ
ਬਿਨ ਜਾਣਿਆਂ ਕਿ ਉਸ ਦੇ ਅੰਦਰ ਕੀ ਹੈ
ਜਿਵੇਂ ਇਨਸਾਨ ਇਨਸਾਨ ਨੂੰ ਛੂੰਹਦਾ ਹੈ
ਜਿਵੇਂ ਚਾਨਣ ਅਪਣੇ ਹੀ ਰੰਗਾਂ ਨੂੰ ਛੂਹਵੇ

ਤੇਰੀ ਆਵਾਜ਼ ਬੋਲੀ ਤੋਂ ਪਾਰ ਦੀ ਗੂੰਜ
ਭਰ ਆਈਆਂ ਅੱਖੀਆਂ
ਨਿਤ ਦੇ ਸਮੇਂ ਤੋਂ ਬਾਹਰਾ ਵਸਲ ਦਾ ਛਿਣ

ਮੈਂ ਤੈਨੂੰ ਸੁਣ ਰਿਹਾਂ
ਜਿਵੇਂ ਕੋਈ ਪਹਿਲੀ ਵਾਰੀ ਸੁਣਨ ਲਗਦਾ ਹੈ

The boy with the beautiful plaited hair thinks
                    and says to himself –
It's snowing outside

It's snowing outside
Silently in the dark
On the motorway
The coach is heading homeward.

The book of the road
Closes page by page.

Translated by Amin Mughal & John Welch

JOHN BERGER GIVES A TALK AT THE ICA ON 15.09.95

i hear your voice
          not the words you utter
i hear as one touches a fruit
          without the need to know what's inside
as man touches his own kind
as light touches its own colours

your voice –
          an echo beyond language

i hear you
as one hears for the first time

ਤਿਰੀ ਆਵਾਜ਼ ਮੈਨੂੰ ਅਪਣੀ ਲੱਗੇ
ਮੈਂ ਹੁਣੇ ਏਸ ਨੂੰ ਅਪਣੇ ਪੋਟਿਆਂ ਨਾਲ ਛੁਹਿਆ

ਤੈਂ ਸੁਣਿਆ?

(ਮੂਲ਼ ਅੰਗਰੇਜ਼ੀ ਵਿਚ)

ਮੈਕਫ਼ਾਰਲੈਂਡ ਕੈਲਿਫ਼ੋਰਨੀਆ

ਇਥੇ ਪਾਸ਼ ਰਹਿੰਦਾ ਹੈ
ਅਖਰੋਟਾਂ ਅੰਗੂਰਾਂ ਆੜੂਆਂ
ਸੰਤਰਿਆਂ ਬਦਾਮਾਂ ਦੇ ਬਾਗ਼ਾਂ ਵਿਚ

ਕਣਕ ਤੇ ਕਪਾਹ ਦੇ ਖੇਤਾਂ ਵਿਚ
ਹਵਾ ਧੁੱਪ ਪੱਕੇ ਹੋਏ ਫਲ
ਕਬੂਤਰ ਖੜ੍ਹੇ ਅਲ਼ਸਾਉਂਦੇ ਟਰੈਕਟਰ
ਪਾਸ਼ ਨਾਲ਼ ਗੱਲਾਂ ਕਰਦੇ ਹਨ –
ਦੱਸ ਤੇਰੇ ਬਚਪਨ ਦੀ
ਤੇਰੀ ਜਵਾਨੀ ਦੀ ਧੁੱਪ ਕਿਹੋ ਜਿਹੀ ਸੀ?
ਕਪਾਹ ਦੀਆਂ ਫੁੱਟੀਆਂ
ਜਦ ਤੇਰੀ ਨੀਂਦ ਚ ਖਿੜਦੀਆਂ ਹਨ
ਤਾਰਿਆਂ ਦਾ ਝੁਰਮਟ ਬਣ ਕੇ
ਤਾਂ ਤੇਰਾ ਦਿਲ ਨਹੀਂ ਮਚਲਦਾ?
ਜੇਲ ਦੀਆਂ ਕੰਧਾਂ ਤੇ
ਦੋਨੇ ਦੇ ਟਿੱਬਿਆਂ 'ਤੇ ਰੀਂਘਦੀ ਧੁੱਪ ਨੂੰ ਯਾਦ ਕਰਕੇ
ਸੁੱਤੇ ਕੈਦੀਆਂ ਦੇ ਫੇਫੜਿਆਂ ਚ ਘੁੰਮਦੀ ਹਵਾ ਬਣ ਕੇ

ਉਮਰ ਦਾ ਪਰਛਾਵਾਂ ਲੰਮਾ ਹੁੰਦਾ ਜਾਂਦਾ ਹੈ
ਬੱਚਿਆਂ ਦੇ ਧੁੱਪੇ ਪਾਏ ਕਪੜੇ ਹਵਾ ਚ ਹਿੱਲਦੇ ਹਨ
ਪਾਸ਼ ਚੁੱਪ ਰਹਿੰਦਾ ਹੈ
ਪਾਸ਼ ਇਥੇ ਰਹਿੰਦਾ ਹੈ॥

i think it's my voice
just now i touched it with my finger tips

did you hear?

(Originally written in English)

McFARLAND CALIFORNIA

Pash lives here in the orchards
plums   apples   grapes
oranges   apricots
in the fields of wheat and cotton

Wind   sun   pigeons
drowsy tractors
                ask Pash:
tell us: what was it like as a child,
        and as a young man?
When cotton balls bloom like
clusters of stars in your dreams
don't you feel restless?
When you remember the sun
sliding on sand dunes in your village,
on the prison walls, in the dreams of the
sleeping prisoners, don't you feel sad?

Pash stays quiet.

On a nearby line
children's clothes sway
in the afternoon sun.

Translated by Ajmer Rode & John Wlech

ਟਮਾਟਰ

ਵਾਹ ਜੀ ਵਾਹ
ਨਿੱਕਾ ਜਿੰਨਾ ਗੋਲ਼ ਟਮਾਟਰ

ਹੱਥੀਂ ਲਾਏ ਬੂਟੇ ਦਾ ਪਹਿਲੀ ਵਾਰੀ
ਪਹਿਲਾ ਫ਼ਲ਼ ਪੱਕਾ
ਰਿਜ਼ਕ ਸਬੂਰਾ ਲਟਕੰਦਾ ਧੁੱਪੇ ਸੋਂਹਦਾ ਸੀ
ਤੋੜਨ ਨੂੰ ਦਿਲ ਨਾ ਕੀਤਾ

ਨਿੱਕਾ ਕਾਕਾ ਤੋੜ ਲਿਆਇਆ
ਚੁੱਕੀ ਫਿਰਦਾ ਜਿੱਦਾਂ ਰੋਗ਼ਨ ਕੀਤਾ ਆਂਡਾ ਹੋਵੇ
ਆਪੋ ਵਿਚ ਦੋਹਵੇਂ ਗੱਲੀਂ ਲੱਗੇ

ਸਮਝ ਨਾ ਆਉਂਦੀ
ਸੁਹਣੇ ਗੋਲ਼ ਟਮਾਟਰ ਉੱਤੇ
ਕਿਹੜੇ ਦਿਲ ਨਾ' ਚਾਕੂ ਰੱਖਾਂ
ਇਸਨੂੰ ਡੱਬੀ ਅੰਦਰ ਬੰਦ ਕਰ ਰੱਖਾਂ
ਜਾਂ ਪਾਈਏ ਚੱਟਣੀ ਇਸਦੀ
ਜਾਂ ਕੋਈ ਇਹਦਾ ਨਾਮ ਧਰਾ ਕੇ ਬੰਦਿਆਂ ਵਾਲ਼ਾ
ਅਮਰ ਕਰ ਛੱਡਾਂ

ਵਾਹ ਜੀ ਵਾਹ
ਨਿੱਕਾ ਜਿੰਨਾ ਗੋਲ਼ ਟਮਾਟਰ

ਦਸ ਪਰਛਾਵਿਆਂ ਵਾਲ਼ਾ ਬੰਦਾ

ਮੈਂ ਇਕ ਬੰਦੇ ਦੇ ਦਸ ਪਰਛਾਵੇਂ ਤੱਕੇ
ਹਰ ਪਰਛਾਵਾਂ ਉਹਦਾ ਰੰਗ ਰੂਪ ਸੀ ਵੱਖਰਾ ਤੱਕਿਆ

ਸਾਰੇ ਪਰਛਾਵੇਂ ਉਹਦੇ ਪੈਰਾਂ ਵਿਚ ਵਿਛੇ ਸਨ
ਉਸਨੂੰ ਅਪਣੇ ਹੱਥਾਂ ਉੱਤੇ ਚੁੱਕੀ ਫਿਰਦੇ

ਇਕ ਵਾਰੀ ਤਾਂ ਲੱਗਾ
ਉਹ ਦਸ ਰੰਗੀਆਂ ਪੱਤੀਆਂ ਵਾਲ਼ਾ ਫੁੱਲ ਹੈ

THE TOMATO

Wow! One little round tomato

This is the first fruit of the plant
I sowed with my hands
It looked great in the sun
I didn't dare pick it

My son picked it
He plays with it
Talking to the thing
It looks like a painted red egg

How could I put the knife to its skin
Shall we preserve it in a bottle
Or shall we give it a human name
                and make it immortal

Translated by John Welch

A MAN WITH TEN SHADOWS

I saw ten shadows of a man
Every shadow being different from the other

All the shadows converged under his feet
                carrying him in the palms of their hands

He appeared as a flower with ten petals of different colours
As if he had grown out of the earth

ਧਰਤੀ ਵਿੱਚੋਂ ਉੱਗਿਆ ਬੰਦਾ
ਜਾਂ ਦਹਿਸਰ ਰਾਵਣ ਸੀਤ–ਹਰਨ ਤੋਂ ਪਹਿਲਾਂ

ਇਕ ਵਾਰੀ ਤਾਂ ਉਹਨੂੰ ਤੱਕ ਕੇ ਡਰ–ਜਿਹਾ ਲੱਗਿਆ –
ਏਨੇ ਪਰਛਾਵਿਆਂ ਵਾਲ਼ਾ ਨੇ ਜਾਣੇ ਦੁਖੀ ਜਾਂ ਸੁਖੀ ਹੈ
ਉਹ ਇਕਛਾਇਆਂ ਨੂੰ ਕੀ ਸਮਝਦਾ ਹੋਣਾ
ਏਸ ਜਣੇ ਨੂੰ ਬੇਅੰਤ ਸੁਪਨੇ ਆਉਂਦੇ ਹੋਣੇ
ਏਸ ਦੀ ਹਸਤੀ ਦਾ ਤਾਂ ਭਾਰ ਬੜਾ ਹੈ

ਮੈਨੂੰ ਤੱਕ ਕੇ ਮੁਸਕਰਾਇਆ
ਦਸ ਪਰਛਾਵਿਆਂ ਵਾਲ਼ਾ ਬੰਦਾ

ਵਹਿੰਦਾ ਪਾਣੀ

ਰਸਾਲ ਸੱਯਦ ਦੇ ਨਾਂ

ਪਾਣੀ ਪਿੱਛੇ ਨੂੰ ਵਹਿੰਦਾ ਹੈ
ਜਿੱਥੋਂ ਆਇਆ   ਓਥੇ ਚੱਲਿਆ
ਗਾਹ ਕੇ ਸਾਰੇ ਪੱਤਣ   ਦਿੱਲੀ ਦੱਖਣ

ਪਾਣੀ ਨਾ਼ਲ ਵਹਾ ਕੇ ਚੱਲਿਆ
ਮਰਿਆ ਵੇਲਾ   ਛਲਣੀ ਬੱਦਲ਼
ਗਊਂ ਕੇ ਹੰਭੇ ਭੁੱਖੇ ਮਾਛੀ

ਨਦੀਆ ਸ਼ਬਦ ਕਰੇ –
ਚੱਲੋ ਨਾ਼ਲ ਮਿਰੇ   ਜਿਨ ਜਾਣਾ
ਮੈਂ ਚੱਲੀ ਜਿੱਥੇ ਰਾਂਝਣ ਦਾ ਠਾਣਾ
ਚੱਲੋ ਨਾ਼ਲ ਮਿਰੇ

or he were ten-headed Ravana before the abduction of Sita

He scared me for a while –
Was he okay or in bad shape
What did he think of one-shadowed beings
He must be dreaming ten times more
He carried such existential weight

He smiled at me
The man with the ten shadows

Translated by John Welch & Stephen Watts

WATER FLOWS BACKWARDS
for Rasaal Syed

Life is lived forwards, but is experienced backwards.

Water flows backwards
        to its origin.

It's a long way.

It carries with it
        dead time   clouds with bullet holes and
Hungry fishermen's nets.

The river says –
        come along to the place where Rānjhā lives
        join me.

Translated by John Welch

ਤੇਰੀ ਏਹੋ ਥਾਂ ਹੈ

ਅਕਰਮ ਵੜੈਚ ਦੇ ਨਾਂ

ਇਹੋ ਏਥੇ ਹੀ ਹਰ ਵੇਲੇ
ਤੇਰੀ ਏਹੋ ਥਾਂ ਹੈ

ਤੂੰ ਏਂ ਮਿੱਟੀ ਵਿੱਚੋਂ ਉੱਗਿਆ ਰੁੱਖੜਾ
ਅਪਣੇ ਵੱਡੇ ਪੁਰਖੇ ਗੁਣੀ ਰਾਮ ਦੀ
ਤੁਰਦੀ ਫਿਰਦੀ ਛਾਂ ਹੈਂ
ਇਹੋ ਏਥੇ ਹੀ ਹਰ ਵੇਲੇ
ਤੇਰੀ ਏਹੋ ਥਾਂ ਹੈ

ਤੂੰ ਇਸ ਥਾਂ ਬਿਨ ਕੁਝ ਵੀ ਨਹੀਂ
ਇਹ ਥਾਂ ਤੇਰੇ ਬਿਨ ਕੁਝ ਵੀ ਨਹੀਂ
ਬਹੁਤੇ ਪੁੱਤਾਂ ਵਾਲ਼ੀ ਰੱਜੀ ਮਾਂ ਹੈ
ਇਹੋ ਏਥੇ ਹੀ ਹਰ ਵੇਲੇ
ਤੇਰੀ ਏਹੋ ਥਾਂ ਹੈ

ਤੇਰੇ ਦਿਲ ਅੰਦਰ ਬਾਹਰ ਬੇਲਾ
ਘਾਤ ਲਾ ਕੇ ਬੈਠੋਂ ਪ੍ਰੇਮ ਸ਼ਿਕਾਰੀ
ਰੁਕ ਰੁਕ ਵਹਿੰਦੀ ਜਾਏ ਝਨਾਂ ਹੈ
ਇਹੋ ਏਥੇ ਹੀ ਹਰ ਵੇਲੇ
ਤੇਰੀ ਏਹੋ ਥਾਂ ਹੈ

HERE & NOW
for Akram Varriach

Here and now and for ever
You belong to this place.

You are the tree grown out of
                the soil of five rivers
You are the moving shadow
        of your Hindu ancestor Guni Ram.
Here and now and for ever
You belong to this place.

You are nothing without this place
This place exists with you
Like the contented mother of many sons.
Here and now and for ever
You belong to this place.

A forest is inside you
Where you hunt for love.
By the woods
        the river Chenab flows
                its waters rising and falling.

Here and now and for ever
You belong to this place.

Translated by John Welch

ਡੱਡੂ ਵਰਗਾ ਸ਼ਬਦ

ਡੱਡੂ ਵਰਗਾ ਸ਼ਬਦ ਪਕੜ ਕੇ ਕਾਬੂ ਕੀਤਾ

ਹੁਣ ਏਸ ਨੂੰ ਮੂਧਿਆਂ ਕਰਕੇ
ਪੈਰਾਂ ਦੇ ਵਿਚ ਕਿੱਲ ਠੋਕ ਕੇ
ਢਿੱਡ ਨੂੰ ਚੀਰਾ ਦੇਣਾ
ਇਹ ਦੇਖਣ ਲਈ
ਅੰਦਰ ਕੀ ਕੁਝ ਕੀ ਹੈ?
ਫਿਰ ਕਾਪੀ ਦੇ ਵਿਚ ਲਿਖਣਾ –
ਇਹ ਕਿਉਂ ਨਿਤ ਗੜੈਂ-ਗੜੈਂ ਕਰਦਾ
ਨੇੜਿਓਂ ਲੱਗਦਾ ਕੁਹਜਾ
ਦੂਰੋਂ ਸੁਹਜਾ
ਤੁਰਦਾ ਵੀ ਤਾਂ ਮਾਰ ਟਪੂਸੀ ਉੜਦਾ

ਇਹ ਸ਼ਬਦ ਜੋ ਕਾਬੂ ਆਇਆ
ਇਹ ਡੱਡੂ ਵਰਗਾ ਤਾਂ ਹੈ
ਪਰ ਡੱਡੂ ਨਹੀਂ ਹੈ
ਇਸਦਾ ਮਤਲਬ ਕੋਈ ਇਕ ਹੋਵੇ ਤਾਂ ਦੱਸਾਂ

ਡੱਡੂ ਛੱਪੜ ਦੇ ਵਿਚ
ਇਹ ਸ਼ਬਦ ਮੇਰੇ ਸਿਰ ਦੇ ਅੰਦਰ ਰਹਿੰਦਾ

ਫ਼ੋਟੋਬੂਥ

ਹਿੰਦੀ ਕਵੀ ਮੋਹਨ ਰਾਣਾ ਦੇ ਨਾਂ

ਤੁਮ ਨੇ ਕਹਾ –
ਫ਼ੋਟੋਬੂਥ ਬੜੀ ਚਮਤਕਾਰ ਚੀਜ਼ ਹੈ
ਜਬ ਭੀ ਮੈਂ ਅੰਦਰ ਜਾਤਾ ਹੂੰ
ਹਰ ਬਾਰ ਨਈ ਬਾਤ ਨਿਕਲਤੀ ਹੈ

ਕਯਾ ਤੁਮ ਨੇ ਦੇਖਾ ਕਵੀਵਰ?
ਫ਼ੋਟੋਬੂਥ ਮੇਂ
ਏਕ ਨਿਤਾਂਤ ਅਕੇਲਾ ਬਹਰੂਪੀਆ ਛਿਪਾ ਰਹਤਾ ਹੈ

A FROG-LIKE WORD

I got it at last this frog-like word.

Nailing its feet to a wooden plank
I'll make an incision on its stomach
To see what's inside.
Then I'll take notes
Why it croaks all the time
Why it looks nice from a distance
            and disgusting from nearby
Why it jumps instead of walking.

The word in my hands
Indeed it's like a frog
But it's not a frog in itself.
What it really means I do not know
But I know for sure it hasn't got just one meaning.

The frog lives in the pond
And the word lives in my head.

Translated by John Welch

THE PHOTO BOOTH
for Mohan Rana, Hindi poet

You said –
This photo booth is a weird thing.
Whenever you go inside it,
Strange things happen.

Did you notice, Mr Poetry Man?
In there lives a very lonely many-faced monster.
You go in   you stir it with coins.

ਤੁਮ ਅੰਦਰ ਘੁਸਤੇ ਹੋ
ਉਸੇ ਪੈਸੇ ਸੇ ਚਲਾਤੇ ਹੋ
ਵਹ ਏਕ ਆਂਖ ਵਾਲਾ ਜੀਵ ਤੁਮਹਾਰੀ ਓਰ ਦੇਖਤਾ ਹੈ
ਤੁਮ ਮੁਸਕਰਾਨੇ ਕੀ ਕੋਸ਼ਿਸ਼ ਕਰਤੇ ਹੋ
ਅਜੀਬ ਅਜੀਬ ਹਰਕਤੇਂ ਕਰਤੇ ਹੋ
ਕੰਘੀ ਸੇ ਬਾਲ ਠੀਕ ਕਰਤੇ ਹੋ
ਵਹ ਜੀਵ ਤੁਮਾਹਰਾ ਏਕ ਵਿਵਸ਼ ਪਲ ਐਸੇ ਪਕੜਤਾ ਹੈ ਜੈਸੇ ਮੱਖੀ ਹੋ
ਔਰ ਉਸ ਨਿਸ਼ਪ੍ਰਾਣ ਕਸ਼ੱਣ ਕੀ ਫ਼ੋਟੋ ਬਨਾ ਕਰ
ਤੁਮਹਾਰੀ ਹਥੇਲੀ ਪਰ ਰਖ ਦੇਤਾ ਹੈ
ਜੋ ਤੁਮ ਅਪਨੇ ਬੇਟੇ ਕੋ ਔਰ ਪਾਸਪੋਰਟ ਅਧਿਕਾਰੀਓਂ ਕੋ ਦਿਖਾਨੇ ਕੇ ਲੀਏ
ਅਪਨੀ ਜੇਬ ਮੇਂ ਰਖ ਲੇਤੇ ਹੋ

ਇਸ ਬਾਰ ਤੁਮਹੇਂ ਲਗਾ –
ਫ਼ੋਟੋ ਮੇਂ ਤੁਮ ਦਲਾਈ ਲਾਮਾ ਸੇ ਲਗਤੇ ਹੋ।

ਮੈਂ ਨੇ ਤੋ ਖ਼ੁਦ ਏਕ ਬਾਰ
ਕਿਸੀ ਫ਼ੋਟੋਬੂਥ ਮੇਂ ਵਹ ਬਹਰੂਪੀਆ ਅਪਨੀ ਆਂਖੋਂ ਸੇ ਦੇਖਾ ਥਾ।
ਮੈਂ ਅੰਦਰ ਘੁਸਾ
ਤੋ ਵਹ ਮੁਝੇ ਦੇਖ ਕਰ
ਦਲਾਈ ਲਾਮਾ ਕੀ ਤਰਹ ਹੰਸਨੇ ਲਗਾ।

ਉਸੇ ਮਿਲ ਕਰ ਇਨਸਾਨ ਬਹੁਤ ਪਰੇਸ਼ਾਨ ਰਹਨੇ ਲਗਤਾ ਹੈ।

ਕਯੋਂ ਨ ਹਮ ਪਤਾ ਕਰੇਂ ਅਬ
ਕਿ ਅਨਯ ਜੀਵ ਹਮੇਂ ਕੈਸੇ ਦੇਖਤੇ ਹੈਂ
ਜੈਸੇ ਕੁੱਤਾ
ਜੈਸੇ ਪੇੜ
ਜੈਸੇ ਆਸਮਾਨ

ਉਨ ਕੀ ਆਂਖੋਂ ਮੇਂ ਦੇਖਨੇ ਕੋ
ਹਮੇਂ ਸ਼ਬਦ ਮੇਂ ਜਾਨਾ ਹੋਗਾ॥

The one-eyed monster looks at you.
You try to smile.
You make faces.
You comb your hair.
It captures your helpless moment like you catch a fly.
It makes a picture of the dead moment and puts it on your palm.
You keep the picture in your wallet
To show to your son and to the man at immigration control.

This time in the booth, you said, you felt you were the Dalai Lama.

Did you know, I saw the monster once with my own eyes.
It stressed me.
I went into a photo booth
      and it started laughing at me like the Dalai Lama.
I was really embarrassed.

Mr Poet,
Shall we try to know
How other beings see us
For instance   the dog the tree the sky?

To see through their eyes
Let's go inside the word.

Translated by Stephen Watts

113

ਅੱਜ ਦੇ ਦਿਨ ਦਾ ਲੇਖਾ

ਅੱਜ ਆਸਮਾਨ ਦਾ ਮੂਡ ਚੰਗਾ ਸੀ।

ਮੈਨੂੰ ਸਵੇਰੇ ਪੁੱਛਣ ਲੱਗਾ –
ਤੂੰ ਏਥੇ ਬੈਠਾ ਕੀ ਕਰਨੈਂ?
ਤੂੰ ਠੀਕਠਾਕ ਤੇ ਹੈਂ ਨਾ?

ਮੈਂ ਉਹਨੂੰ ਦੱਸਿਆ ਤੇ ਆਖਿਆ –
ਆਸਮਾਨਾਂ, ਤੂੰ ਅੱਜ ਕੁਛ ਕਰਕੇ ਵਿਖਾ!

ਇਕਦਮ ਸੀਨ ਬਦਲਿਆ।

ਬੱਦ.ਲ ਕੱਠਾ ਹੋਇਆ
ਬਿਜਲੀ ਲਿਸ਼ਕੀ
ਤੇ ਮੀਂਹ ਬਰਸਾ ਕੇ ਚਲੇ ਗਿਆ

ਉਸ ਚਿਨਾਰ ਦਾ ਰੰਗ ਹੋਰ ਵੀ ਗੂੜ੍ਹਾ ਹੋਇਆ

ਕੰਧਾਂ ਗਿੱਲੀਆਂ ਹੋਈਆਂ ਸੁੱਕਣ ਲੱਗੀਆਂ

ਮੈਂ ਤਾਕੀ ਖੋਲ੍ਹੀ ਰੱਖੀ ਅੱਜ ਦੇ ਦਿਨ॥

ਪੰਛ਼ੀ

ਪੰਛੀ ਨੇ ਮਿੱਟੀ ਵਿਚ ਸ਼ਾਹਬਲੂਤ ਦਾ ਬੀਅ ਬੀਜਿਆ
ਰੁੱਖ ਦੇ ਫਲ ਦਾ ਬੀਅ

ਪੰਛੀ ਨੇ ਰੁੱਖ ਬੀਜਿਆ

ਬੀਅ ਵਿਚ ਲੁਕੀਆਂ –
ਧੁੱਪਾਂ ਛਾਵਾਂ ਰਾਤ ਤੇ ਦਿਨ

TODAY'S ACCOUNT

The sky was in a good mood today.

It asked me this morning –
        What are you doing in this country?
        Are you alright?

I gave my answer, and asked –
        Dear Sky, do something for me please.

The scene changed all of a sudden.

A cloud gathered –
        lightning struck –
                it showered and cleared.

The maple tree standing in the courtyard
                turned greener.
The grey walls were wet and started drying.

I kept the window open
           today.

Translated by John Welch

THE BIRD

The jay sowed the seed of oak in the soil
        the seed of the fruit of the tree.

The bird planted a tree.

In the seed are hidden
sunshine   shadows   suns and moons

ਬੱਦਲ਼ ਭਿੰਨੀ ਰੈਣ

ਬਾਰਾਂਮਾਹ	ਸਤਵਾਰੇ	ਚੁੰਮਣ
ਸਰਦਲ	ਕਾਟੋ ਦਾ ਘਰ	ਵਣ ਤ੍ਰਿਣ

ਪੰਛੀ ਨੇ ਅਗਨੀ ਬੀਜੀ
ਰਿਜ਼ਕ ਪਕਾਉਂਦੀ ਤਨ ਠਾਰਦੀ

ਪੰਛੀ ਨੇ ਆਲ੍ਹਣਾ ਪਾਇਆ
ਅਪਣੇ ਘਰ ਮੁੜ ਆਇਆ ਪੰਛੀ

ਸਭ ਕੁਛ ਹਰਫ਼ੋਂ ਬਾਹਰਾ ਹੋਇਆ
ਪੰਛੀ ਨੇ ਜਦੋਂ ਸ਼ਬਦ ਬੀਜਿਆ

ਮੋਰ

ਉਡਦੇ ਮੋਰ ਨੂੰ ਦੇਖੋ
ਹੌਲ਼ੀ-ਹੌਲ਼ੀ ਦੇਖੋ
ਲੰਮੀਆਂ ਜਟਾਂ ਵਾਲ਼ਾ
ਪੈਰਾਂ-ਭਾਰ ਬੈਠਾ ਯੋਗੀ ਉਡ ਰਿਹਾ ਹੈ
ਝੂਮਦਾ ਮਲਕੜੇ-ਜਹੇ ਧਿਆਨ ਦੀ ਧਰਤੀ 'ਤੇ ਪੱਬ ਟਿਕਾਉਂਦਾ ਹੈ।

ਧਿਆਨ ਦੀ ਧਰਤੀ 'ਤੇ ਹੀ ਸਭ ਕੁਝ ਹੁੰਦਾ ਹੈ –
ਮੋਰ ਪੈਲਾਂ ਪਾਉਂਦਾ ਹੈ
ਮੋਰਨੀ ਰੀਝਦੀ ਹੈ
ਮੋਰ ਦੇ ਹੰਝੂ ਪੀ ਕੇ ਉਹਦੇ ਗਰਭ ਠਹਿਰਦਾ ਹੈ
ਮੋਰ ਬੱਦਲ਼ਾਂ ਨੂੰ ਲੋਚਦਾ ਹੈ
ਬੱਦਲ਼ ਮਿੱਟੀ ਨੂੰ ਲੋਚਦੇ ਹਨ

ਰਹਿਮਤ ਦੇ ਵਰ੍ਹਦੇ ਮੀਂਹ ਵਿਚ ਭਿੱਜੇ ਮੋਰ ਨੂੰ ਦੇਖੋ
ਉਹਦੇ ਪੰਖ ਦੀ ਅੱਖ ਵਿਚ ਅਟਕ ਗਏ ਮੀਂਹ ਦੇ ਕਤਰੇ ਨੂੰ ਦੇਖੋ
ਉਡਦੇ ਮੋਰ ਦੇ ਨਾਲ਼-ਨਾਲ਼ ਉਡੋ
ਧਿਆਨ ਦੀ ਧਰਤੀ 'ਤੇ ਉਤਰ ਆਓ
ਤੇ ਦਿਨੇ ਰਾਤ ਬੋਲ਼ਦੇ ਮੋਰ ਨੂੰ ਸੁਣੋ॥

clouds   dewy nights
the threshold of the house of the squirrel.

The bird sowed the fire
          which bakes the bread   warms the bodies.

The bird built its nest.
It came back home.
It all happened out of script
When the bird sowed the word.

Translated by John Welch

THE PEACOCK

See the peacock flying
See it in slow motion –
A seated yogi, his streaming locks,
Softly it lands on the plains of contemplation

It all happens there –
          The peacock dances
          The peahen is wooed
          She is impregnated by his tear drops
          The peacock yearns for the clouds
          The clouds long for the earth

See the rain-soaked peacock
See a drop about to fall from an eye of its tail

Fly with the flying peacock
Touch down on the plain of contemplation
And listen to the peacock screaming day and night

Translated by John Welch & Stephen Watts

ਟਟਹਿਣੇ

ਬਾਹਰ ਪੈਰਾਂ ਤੇ ਪਹੀਆਂ ਨਾਲ਼ ਉਡੀ ਧੂੜ ਸੌਂ ਚੁੱਕੀ ਹੈ
ਆਓ ਟਟਹਿਣੇ ਫੜ ਕੇ ਲਿਆਈਏ
ਅੰਦਰ ਮੇਜ਼ ਦੇ ਉੱਤੇ ਸ਼ੀਸ਼ੇ ਦੀ ਗੜਵੀ ਵਿਚ ਰਖ ਕੇ
ਵਿਗਿਆਨਕ ਵਿਸ਼ਲੇਸ਼ਣ ਕਰੀਏ
ਇਹ ਟਟਹਿਣੇ ਨ੍ਹੇਰੇ ਦੇ ਵਿਚ
ਕਾਲ਼ੇ ਧਾਗੇ ਨਾਲ਼ ਕੀ ਬੁਣਦੇ ਰਹਿੰਦੇ
ਲੁਕਣਮੀਚੀ ਜਾਂ ਇਕ ਦੂਜੇ ਤੋਂ ਡਰਦੇ ਭੱਜਣ
ਇਨ੍ਹਾਂ ਟਟਹਿਣਿਆਂ ਦਾ ਸੂਰਜ ਨਾਲ਼ ਕੀ ਰਿਸ਼ਤਾ ਹੈ
ਕੀ ਇਹ ਹਵਾ ਨੂੰ ਪਾਣੀ ਸਮਝਣ
ਤੇ ਅਪਣੇ ਆਪ ਨੂੰ ਮੱਛੀਆਂ
ਮਾਦਾ ਜਦ ਨਰ ਨੂੰ ਚੁੰਮਦੀ
ਤਾਂ ਕਿਹੜੀਆਂ ਸੂਰਾਂ ਜਗਦੀਆਂ
ਇਹ ਪਟਬੀਜਣੇ ਕਿਥੋਂ ਆ ਕੇ ਨ੍ਹੇਰੇ ਦੀ ਮਿੱਟੀ ਵਿਚ ਡਿਗਦੇ
ਸੁਬਹ ਨੂੰ ਜਿਸਦੀ ਫ਼ਸਲ ਝੂਮਦੀ
ਕਿਉਂ ਨਾ ਸਮਝਣ ਇਹ ਸਾਡੀ ਬੋਲੀ
ਇਨ੍ਹਾਂ ਦੀ ਬੋਲੀ ਵਿਚ ਪਿਆਰ ਨੂੰ ਕੀ ਕਹਿੰਦੇ ਹਨ
ਕੀ ਕਹਿੰਦੇ ਹਨ ਨ੍ਹੇਰੇ ਵਿਚ ਜਗਦੀ ਬੁਝਦੀ ਸ਼ੈਅ ਨੂੰ

GLOW-WORMS

Dust raised by passing feet and wheels settles.
Let's go and catch glow-worms
Put them in a glass bowl, on the kitchen table
And carry out a
      scientific investigation

Do glow-worms play hide-and-seek or are they
Frightened and hunt one another?
What do they weave with black thread?
Do they think the air is water and they are fish?

What tunes are released,
      when the female kisses her opposite number?
Where do these seeds of light come from
And how do they drop into the soil of darkness?
Why can't we understand their language?
What is their noun for love?

Let's go and catch glow-worms.

Translated by John Welch & Stephen Watts

ਗੁਣਾਚੌਰ

ਗੁਣਾਚੌਰ ਮੈਂ ਕਦੇ ਨਹੀਂ ਗਿਆ
ਕੋਈ ਗੁਣਾਚੌਰ ਦਾ ਨਾਂ ਲੈਂਦਾ ਹੈ
ਤਾਂ ਦਿਲ ਨੂੰ ਕੁਛ ਹੋਣ ਲੱਗਦਾ ਹੈ

ਮਾਂ ਗੁਣਾਚੌਰ ਰਹਿੰਦੇ ਅਪਣੇ ਰਿਸ਼ਤੇਦਾਰਾਂ
ਦੀਆਂ ਗੱਲਾਂ ਕਰਦੀ ਹੁੰਦੀ ਸੀ
ਮੈਂ ਉਹਦੇ ਖੰਭਾਂ 'ਤੇ ਬੈਠ ਗੁਣਾਚੌਰ ਚਲੇ ਜਾਣਾ

ਓਦੋਂ ਲੱਗਦਾ ਸੀ –
ਗੁਣਾਚੌਰ ਕੋਈ ਜਗ੍ਹਾ ਹੈ
ਜਲੰਧਰ ਦੇ ਪਰ੍ਹੇ ਨਵੇਂ ਸ਼ਹਿਰ ਲਾਗੇ
ਨ੍ਹੇਰੇ ਵਿਚ ਕੋਈ ਬੱਤੀ ਹੈ ਜਗਦੀ-ਬੁੱਝਦੀ
ਮੈਂ ਰਿਸ਼ਤੇਦਾਰਾ ਦਾ ਸੋਚਦਾ ਜੋ ਕਦੇ ਮਿਲੇ ਨਹੀਂ

ਅੱਜ ਵੀ ਉਹ ਥਾਂ ਬਹੁਤੀ ਦੂਰ ਨਹੀਂ
ਨੇੜੇ ਹੀ ਹੈ ਬਹੁਤ ਨੇੜੇ
ਮੈਂ ਜਿਥੇ ਵੀ ਹੁੰਦਾ ਹਾਂ
ਓਥੇ ਹੀ ਹੁੰਦੀ ਹੈ ਮਾਂ
ਓਥੇ ਹੀ ਹੁੰਦਾ ਹੈ ਗੁਣਾਚੌਰ

GUNACHAUR

I have never been to Gunachaur.
When I hear the word Gunachaur
		something happens to me.

Mother used to talk about her distant relations
					living in Gunachaur.
I used to fly there on her wings.

I felt –
		Gunachaur is a place
		somewhere beyond Jalandhar
				near Nawān Shahar.
		A light flickers in darkness seen from above.
I imagined the relations I never met.

Even now that place is not far off
It's near		quite near
Wherever I happen to be
My mother is with me
		and Gunachaur is close by.

Translated by Julia Casterton

ਸੱਦ

ਹਰ ਦਮ ਕੰਨੀਂ ਸੱਦ ਪੈਂਦੀ ਹੈ –
ਲਭ ਲੈ, ਜਾ ਕੇ ਸ਼ਬਦ ਮਿੱਟੀ ਦਾ ਘੜਿਆ
ਮਿੱਟੀ ਕੱਜਿਆ
ਤੇਰਾ ਪਾਰ ਉਤਾਰਾ ਹੋਸੀ
ਫਿਰ ਤੈਨੂੰ ਕੋਈ ਲੋੜ ਨਾ ਰਹਿਣੀ
ਕਵਿਤਾ ਲਿਖ ਲਿਖ ਰੱਖਣ ਦੀ

ਜਾਵੀਂ ਬੋਚ ਬੋਚ ਪੱਬ ਧਰ ਕੇ
ਖੁਰਚ ਖੁਰਚ ਕੇ ਕੱਢੀਂ ਦੀਵਾ ਮਿੱਟੀ ਵਿੱਚੋਂ
ਜੋ ਬਲ਼ਿਆ ਸੀ ਸਾਲ ਹਜ਼ਾਰਾਂ ਪਹਿਲਾਂ
ਖਿਣ ਖਿਣ ਵੰਡਦਾ ਲੋਅ ਚੁਫੇਰੇ
ਸ਼ਬਦ ਚਮੁਖੀਆ ਟੁੱਟਣਹਾਰਾ
ਸਾਂਭ ਸਾਂਭ ਕੇ ਰੱਖੀਂ
ਤਿੜਕਣਹਾਰਾ ਕੰਚਨ ਦੀਵਾ
ਸੀਖੀਂ ਮੁੜ ਕੇ ਲਿਸ਼ਕਣਹਾਰਾ
ਜਾਵੀਂ ਕੋਲ਼ ਸ਼ਬਦ ਦੇ ਜਾਵੀਂ

ਲਭ ਲੈ, ਜਾ ਕੇ ਸ਼ਬਦ ਮਿੱਟੀ ਦਾ ਘੜਿਆ

THE VOICE

I hear a voice all the time –
Go and search the word-lamp made of earth
You will attain deliverance when you find it
Then you wouldn't need to open your heart to paper

Go tiptoeing
Take out the lamp, scraping the soil inch by inch
        and light it again
When it burnt centuries ago
        there was no shadow under it

Go and search the word
        and the shadow.

Translated by Julia Casterton

NOTES

p. 29 'Painting with a White Border': Kandinsky's painting of the same name is in the Guggenheim Museum, New York.

p. 29 *Dhareja*: the author's family tree starts with the name of Dhareja, which means 'son of the earth'. Dhareja lived in the seventeenth century.

p. 39 *Nakodar*: the author's home town in East Punjab.

p. 39 *Baba Bhāg Singh*: a Punjabi revolutionary.

p. 79 *Mirzas and Heers*: lovers in Punjabi legend, akin to Romeo and Juliet.

p. 85 *Victor Jara*: Chilean folksinger murdered by the military junta in 1973. They smashed his hands before killing him.

p. 89 *Apo*: Apo – Abdullah Ocalan – Turkish Kurdistani Leader.

p. 103 *Pash*: Pash, the Punjabi poet who had lived in California in 1987, was a close friend of the author's. He was assassinated by the Sikh fundamentalists in March 1988 in his home village in East Punjab.

p. 107 *Rānjhā*: the lover of Heer. Both Rānjhā and Heer are part of Punjabi legend.

p. 109 *Chenab*: one of the five rivers of the Punjab.

BIOGRAPHICAL NOTES

AMARJIT CHANDAN was born in Nairobi, Kenya in 1946, and lives and works in London. He has published seven collections of poetry and four books of essays in Punjabi and his poems have appeared in anthologies and magazines world-wide. He has edited and translated into Punjabi about thirty anthologies of Indian and world poetry and fiction by, among others, Brecht, Neruda, Ritsos, Hikmet, Cardenal, Martin Carter and John Berger.

He was one of ten British poets selected by the Poet Laureate, Andrew Motion, on National Poetry Day in 2001, and he participated in the International Aldeburgh Poetry Festival the same year. He has given many readings throughout the world including at Eötvös Loránd University, Budapest and, in the USA, at the University of California Santa Barbara and Columbia University.

He has received numerous literary awards for his work, including the Life-time Achievement Award by the Language Department of the Punjab Government, India in 2004; the Life-time Achievement Award by the Panjabis in Britain All-Party Parliamentary Group, London in 2006; and the Life-time Achievement Award by the Anād Foundation New Delhi in November 2009.

A short poem by Amarjit Chandan in both Punjabi and English is engraved in granite by the artist Alec Peever and installed in a square in Slough High Street.

JOHN BERGER was born in London in 1926. His many books, innovative in form and far-reaching in their historical and political insight, include *To the Wedding* (published in a rejacketed edition in April 2009), *King*, and the Booker Prize-winning novel, *G*. Amongst his outstanding studies of art and photography are: *Another Way of Telling; The Success and Failure of Picasso; Titian: Nymph and Shepherd* (with Katya Berger); and the internationally acclaimed *Ways of Seeing*.

He lives and works in a small village in the French Alps, the setting for his trilogy *Into Their Labours* (*Pig Earth, Once in Europa* and *Lilac* and *Flag*). His collection of essays *The Shape of a Pocket* was published in 2001. His latest novel, *From A to X*, was published in

2008. *About Looking*, published by Bloomsbury in April 2009, is the follow-up to the seminal *Ways of Seeing*, one of the most influential books on art.

STEPHEN WATTS is a poet with a number of books to his name. He was born in 1952 and lives mostly in London and the Western Isles, with close cultural roots in the Italian Alps. He has worked extensively in hospitals and in schools as a poet and recently was the first 'embedded poet' writing on issues of suicide in the Highlands and Islands. For a number of years he helped run the Multicultural Arts Consortium in London. With Ana Jelnikar he co-translated *Six Slovenian Poets* (Arc, 2006) and has also co-edited four anthologies of translated poetry.

JULIA CASTERTON was born in Nottingham in 1952 and graduated from the University of Essex with a first-class degree in comparative literature in 1975. In the early 1980s, she joined the editorial board of the London-based journal *Red Letters* and from 1986 to 1996, she published poetry and reviewed for *Ambit* poetry magazine. As a teacher, she had a long association with London's City Lit where, beginning in the 1980s, she taught creative writing to students of varying abilities. She published two books on creative writing: *Creative Writing* (1986) and *Writing Poems – A Practical Guide* (2005) and was much in demand as a reader and workshop leader.

In 2004, her first full-length collection of poems, *The Doves of Finisterre*, won the Jerwood Aldeburgh First Collection prize and in 2006, she received an Arts Council award to support the preparation of next collection of poems and, despite increasing ill-health, finished a first novel.

Julia Casterton died in February 2007.

SHASHI JOSHI has a PhD in History from Jawaharlal Nehru University. She began her academic career lecturing at Miranda House, University of Delhi; was Senior Fellow at the Nehru Memorial Museum and Library, New Delhi and, during 1983-1997, was co-director at an Indian Council of Social Science research project. She is currently Senior Fellow at the Institute of Advanced Study,

Shimla. She has several publications to her credit including a three-volume work co-authored with Bhagwan Josh entitled *Struggle for Hegemony in India: 1920-47*. She has also published a play based on the Mountbatten Papers, *The Last Durbar: The Division of British India* (OUP, 2007).

AMIN MUGHAL was born in the Punjab in 1935 and has lived in England as a political exile since 1984. He is a critic of Urdu and Punjabi literature. He taught English at Islamia College and Shah Hussain College in Lahore. As a leader of the National Awami Party, he was imprisoned a number of times. He worked for the weekly magazine *Viewpoint* in Lahore and was editor of *Awaz*, an Urdu daily published in London.

AJMER RODE was born in 1940 and is a Canada-based Punjabi poet, playwright and translator with five volumes of poetry to his credit. He writes in Punjabi and English, and his work has been featured in literary magazines and anthologies in Canada, India and the UK. In 1994, he received the Lifetime Achievement Award from the Government of Punjab.

JOHN WELCH was born in 1942 and lives in London. He edited *Stories from South Asia*, an anthology for school and college use, published by Oxford University Press in 1984. For around twenty-five years he ran the Many Press, publisher in 1993 of Amarjit Chandan's pamphlet collection *Being Here*. His own *Collected Poems* appeared from Shearsman in 2008, and a new collection, *Visiting Exile*, has just appeared from the same publisher.

Also available in the Arc Publications
TRANSLATIONS series
(Translations Editor: Jean Boase-Beier)

ROSE AUSLÄNDER (Germany)
Mother Tongue: Selected Poems
Translated by Jean Boase-Beier & Anthony Vivis

REGINA DERIEVA (Russia)
The Sum Total of Violations
Translated by Daniel Weissbort

FRANCO FORTINI (Italy)
Poems
Translated by Michael Hamburger

EVA LIPSKA (Poland)
Pet Shops & Other Poems
Translated by Basia Bogoczek & Tony Howard

KUNWAR NARAIN (India)
No Other World: Selected Poems
Translated by Apurva Narain

VÍCTOR RODRÍGUEZ NÚÑEZ (Cuba)
The Infinite's Ash
Translated by Katherine M. Hedeen

CATHAL Ó SEARCAIGH (Ireland)
By the Hearth in Mín a' Leá
Translated by Frank Sewell, Seamus Heaney & Denise Blake

TOMAZ ŠALAMUN (Slovenia)
Homage to Hat, Uncle Guido and Eliot
Translated by the author, Charles Simic, Anselm Hollo,
Michael Waltuch *et al*
Row
Translated by Joshua Beckman and the author

GEORG TRAKL (Austria)
To the Silenced: Selected Poems
Selected, introduced and translated by Will Stone